சுராவின்

ஆங்கிலப் பழமொழிகளும் இணையான தமிழ்ப் பழமொழிகளும்

ENGLISH PROVERBS & EQUIVALENT TAMIL PROVERBS

ஆக்கியோர் :

Jayanthi Madan

(English)

கவிதா பாலு

(தமிழ்)

சுரா பதிப்பகம்

சுரா பதிப்பகம்

(An imprint of Sura College of Competition)

சென்னை

© வெளியீட்டாளர்கள்

English Proverbs & Equivalent Tamil Proverbs
by Jayanthi Madan (English), Kavitha Balu (Tamil)

இந்தப் பதிப்பு : நவம்பர், 2022

அளவு : 1/8 டெமி

பக்கங்கள் : 152

குறியீட்டு எண் : C 30
ISBN: 81-7254-128-7

(வெளியீட்டாளர்களின் எழுத்து மூலமான அனுமதி இன்றி இப்புத்தகத்தை மறுபதிப்புச் செய்யவோ, வேறு மொழிகளில் மொழிபெயர்க்கவோ, அச்சடிக்கவோ, போட்டோகாபி செய்யவோ கூடாது)

சுரா பதிப்பகம்
(An imprint of Sura College of Competition)

தலைமை அலுவலகம்: 1620, 'ஜே' பிளாக், 16-ஆவது பிரதான சாலை, அண்ணா நகர், சென்னை-600 040. ☎ 91-44-48629977, 42043273

பத்மாவதி ஆப்செட், சென்னை - 600 032--இல் அச்சடிக்கப்பட்டு,
சுரா பதிப்பகத்திற்காக [An imprint of Sura College of Competition],
1620, 'ஜே' பிளாக், 16-ஆவது பிரதான சாலை, அண்ணா நகர், சென்னை - 600 040 இல்
திரு. வீ.வீ.கே. சுப்புராசு அவர்களால் வெளியிடப்பட்டது.
தொலைபேசி எண்: 91-44-48629977.
email: suracollege@gmail.com; enquiry@surabooks.com;
website: www.surabooks.com

11 22 1000

ENGLISH PROVERBS & EQUIVALENT TAMIL PROVERBS
ஆங்கிலப் பழமொழிகளும் இணையான தமிழ்ப் பழமொழிகளும்

A

ABIDE - செயலுக்கு உட்படுத்து

1. A rotten case abides no handling.
   அழுகிய முட்டையை அடைகாக்க வேண்டுமா ?

ABILITY - திறமை

2. Without luck ability is nothing.
   அதிர்ஷ்டம் அன்றி திறமை இல்லை.
3. Ability is of little account without opportunity.
   வாய்ப்பில்லாத திறமைக்கு வருமா பெருமை ?
4. Behind an ableman there are always other able men.
   ஒரு வித்தகனுக்குப் பின்னால் ஓராயிரம் வித்தகர்கள்.
5. From each according to his abilities; to each according to his needs.
   திறமைப்படி பெறு, தேவைப்படி கொடு.
6. Some are able because they think they are able.
   (அ) உயர்வாகக் கருதினால் உயர்ந்திட முடியும்.
   (ஆ) திறமைசாலி என நினைத்தால் திறமைசாலி ஆகலாம்.
7. People are always ready to admit a man's ability after he gets there.
   மூச்சடக்கிக் காட்டினால்தான் முனியென ஏற்பர்.
8. Do what you can with what you have from where you are.
   வல்லவனுக்குப் புல்லும் ஆயுதம்.

ABSENCE - வராமை

9. Out of sight, out of mind.
   கண்ணில் படாதது மனதிலும் படாது.
10. Absence makes the heart grow fonder.
    இல்லாததற்கே ஏங்கிடும் இதயம்.
11. Absence sharpens love, presence strengthens it.
    பிரிவு காதலின் ஆர்வத்தை அதிகரிக்கும், வருகை வலுப்படுத்தும்.

12. Far from eye, far from heart.
    கண்ணிற்கு எட்டாவிட்டால் இதயத்திற்கும் எட்டாது.
13. Absence diminishes little passions and increases great ones as the wind extinguishes candles and kindles fire.
    காற்று மெழுகுவர்த்தியை அணைக்கும், நெருப்பை மூட்டும்; பிரிவு அற்ப உணர்வைத் தேய்க்கும், பேருணர்வைப் பெருக்கும்.
14. Never were the absent in the right.
    வாராது இருப்போர் வழிமுறை பேணார்.
15. Seldom seen soon forgotten.
    அரிதாகப் பார்ப்பவை விரைவாக மறந்துபோம்.
16. Far from court, far from care.
    அவையின் நீங்கினால் அக்கறையும் நீங்கிடும்.
17. Absence is to love what wind is to fire.
    நெருப்புக்குக் காற்றுபோலக் காதலுக்குப் பிரிவு.
18. When the cat's away, the mice will play.
    (அ) பூனை புறம்போனால் எலி கூத்தாடும்.
    (ஆ) தட்டிக்கேட்க ஆள் இல்லாவிட்டால், தம்பி சண்டப் பிரசண்டன்.
19. Friends agree best at a distance.
    மேல் விழுந்து பூசிக்கொண்டால் மேவாது நட்பு.

ACCIDENT - விபத்து

20. Accidents are outstanding effects.
    முனைப்பான விளைவுகளே விபத்துகள் ஆகும்.
21. Accidents will occur in the best regulated families.
    (அ) கட்டுப்பாடு மிகும் குடும்பங்களில் கட்டவிழும் விபத்துகள்.
    (ஆ) கட்டுப்பாடுகள் மிகுந்தால் விபத்துகள் நேரும்.
22. Some are born great, some achieve greatness and some have greatness thrust upon them.
    சிலர் பெருமை பிறப்பால் வரும், சிலர் பெருமை சாதனையால் வரும், சிலர் பெருமை பிறர் திணிப்பால் வரும்.

ACQUAINTANCES - அறிமுகங்கள்

23. Short acquaintance brings repentance.
    குறுகிய அறிமுகம் வருந்தவைக்கும்.
24. Have but a few friends, though many acquaintances.
    அறிமுகம் உடையோர் பலராயினும் உற்ற நண்பர்கள் ஒரு சிலரே வேண்டும்.
25. If a man does not make new acquaintances through life, he will soon find himself alone.
    புதிய அறிமுகங்கள் புகாத வாழ்க்கை விரைவில் தனிமைப்படும்.

ACTION - செயல்

26. Action speaks louder than words.
    வாய்ச்சொல்லைவிட செயலின் குரலே உரக்க ஒலிக்கும்.
27. Better wear out than rust out.
    துருப்பிடிப்பதை விடத் தேய்ந்து போவதுமேல்.

28. Learn to labour and to wait.
    உழைக்கக் கற்றபின் பொறுக்கக் கற்க.
29. What is done can't be undone.
    செய்தவினைதான் செய்யாததாகுமா?
30. Do well and right, and let the whole world sink.
    உலகமே மூழ்கினும் நல்லதைச் சரியாகச் செய்.
31. Deliberation is the work of many men, action of one alone.
    ஆழ்ந்து ஆராய்தல் பலர் பணியாயினும் செய்து முடித்தல் ஒருவன் பணியே.
32. Nobody can become perfect by merely ceasing to act.
    செயல்படாதிருந்தால் செம்மையுற முடியாது.
33. All actions are judged by the motives prompting them.
    நோக்கங்களே செயல்களின் உரைகல்.
34. Every noble activity makes room for itself.
    ஒவ்வொரு விழுமிய செயலும் பழுதின்றி நிற்கும்.
35. Successful action tends to become an end in itself.
    வெற்றிச் செயலே விளைபயன் ஆகும்.

ADAM - ஆதிமனிதன் (ஆதாம்)

36. In Adam's fall we sinned all.
    ஆதாமின் வீழ்ச்சியால் நாம் பாவிகள் ஆனோம்.
37. Adam ate apple and our teeth still aches.
    ஆதாம் ஆப்பிளைக் கடித்ததால் நம் பல்வலி இன்னும் தீர்ந்தபாடில்லை!
38. Whilst Adam slept, Eve from side arose; strange. His first sleep would be his last repose.
    ஆதாம் உறங்கினான், விலாவில் ஏவாள் உதித்தாள்; விந்தை! அவன் முதல் உறக்கமே இறுதி ஓய்வானது.

ADVERSITY- துன்பம்

39. Adversity is the touchstone of virtue.
    துன்பமே ஒழுக்கத்தின் உரைகல்.

40. **Adversity comes with instruction in its hand.**
    துன்பமே போதிக்கும் நல்லாசான்.
41. **Adversity makes a man wise, not rich.**
    துன்பம் ஒருவனை செல்வனாக்காவிடினும் அறிவாளியாக்கும்.
42. **Between the mouth and the morsel many things may happen.**
    கைக்கெட்டியது வாய்க்கு எட்டாது.
43. **Woes unite foes.**
    துயரங்கள் பகைவரையும் ஒன்றுபடுத்தும்.
44. **Sweet are the uses of adversity.**
    துன்பத்தின் பயன் இன்பமாகும்.

45. **It never rains but it pours.**
    (அ) பட்ட காலிலே படும் கெட்ட குடியே கெடும்.
    (ஆ) துன்ப மழை தூறல் போடாது, கொட்டித் தீர்த்துவிடும்.
46. **Of one ill come many.**
    தினைத் துன்பம் பனையாகும்.
47. **Great men rejoice in adversity as brave soldiers triumph in war.**
    வெற்றி வீரனுக்கு உவகை. இடுக்கண் சான்றோர்க்கு நகை.

ADVICE - அறிவுரை

48. **Good counsel has no price.**
    நல்ல அறிவுரை விலைமதிப்பற்றது.
49. **When a thing is done, advice comes too late.**
    (அ) செய்கை வரும் முன்னே அறிவுரை வரும் பின்னே.
    (ஆ) செய்துமுடித்தபின் சேர்ந்திடும் அறிவுரை.
50. **While the discreet advise, the fool does his business.**
    விவேகம் எச்சரிக்கும், அவிவேகம் செயல்படும்.
51. **Accept if the counsel be good, no matter who gave it.**
    அறிவுரை நல்லதானால் யாரானாலும் கொள்.
52. **Give neither advice nor salt till you are asked for it.**
    உப்பும், அறிவுரையும் கேளாமல் தராதே.
53. **Too much consulting confounds.**
    அளவுக்கு மீறி அறிவுரை கேட்டால் அதிகக் குழப்பம் அடைந்திட வேண்டும்.
54. **Nothing is given so free as advice.**
    அறிவுரை போல இலவசம் வேறெது?
55. **It is safer to hear and take counsel, than to give it.**
    அறிவுரை கொடுப்பதினும் கேட்பதே நல்லது.

56. It is hard to follow good advice than to give it.
நல்ல அறிவுரை கொடுப்பது எளிது, அதன்படி நடப்பது அரிது.
57. Advice when most needed is least heeded.
அறிவுரை தேவைப்படும் பொழுதுதான் அலட்சியம் கண்ணை மறைக்கும்.
58. Counsel is irksome when the matter is past remedy.
முற்றிய பிறகு பெற்ற அறிவுரை தந்திடும் வேதனை.
59. If you wish good advice, consult an old man.
நல்ல அறிவுரைக்கு நாடிடு கிழவனை.
60. Write down the advice of him who loves you, though you like it not at present.
உன்னை நேசிப்பவனின் அறிவுரையை தற்போது கொள்ளாவிடினும், பிற்போது கொள்ள அதை எழுதி வைத்திடு.
61. Never advise anyone to go to war or marry.
போருக்குப் போவென்றும், திருமணம் புரியென்றும் யாருக்கும் அறிவுரை கூறாதே.
62. Never give advice in a crowd.
கும்பலில் அறிவுரை ஒருபோதும் கூறாதே.

AGE - முதுமை

63. Age considers, youth ventures.
முதுமை எண்ணுகிறது, இளமை துணிகிறது.
64. An old man is twice his child.
பல்லில்லாத கிழவனும், பச்சிளம் குழந்தைதான்.
65. A man as he manages himself, may die at thirty or be young at eighty.
தன்னைத்தானே ஆள்பவன் எண்பதிலும் இளையவன், தன்னை ஆளாதவன் முப்பதிலே முடிவான்.
66. Age is a sorry travelling companion.
முதுமை துன்பம் தரும் சக பயணி.
67. An old dog will learn no tricks.
(அ) கிழநாய் வித்தை கற்காது.
(ஆ) ஐந்தில் வளையாதது ஐம்பதில் வளையுமா ?
(இ) இளமையில் கல்லாதது முதுமையில் வராது.

68. An old fox needs no craft.
கிழ நரிக்குத் தந்திரம் கற்க வேண்டுமா ?
69. An old poacher makes the best keeper.
கிழ வேடன் வலைவிரிப்பதில் கெட்டிக்காரன்.
70. An old man's sayings are seldom untrue.
முதியோர் வாக்கு பொய்ப்பது அரிது.

71. He lives long that lives well. He that corrects not youth, controls not age.
    நன்கு வாழ்பவன் நெடிது வாழ்வான். இளமையில் திருந்தாதவன் முதுமையில் தள்ளாடுவான்.
72. In the short life of man, no lost time can be afforded.
    குறுகிய மனித வாழ்வில் காலத்தை வீணாக்காதே!
73. Old age is a troublesome guest.
    முதுமை எரிச்சலூட்டும் விருந்தாளி.
74. Age is a symbol of maturity.
    முதுமை பக்குவத்தின் அடையாளம்.

ALL - எல்லாம்

75. All is well that ends well.
    நன்மையாக முடிபவை யாவும் நன்றே.
76. All work and no play makes Jack a dull boy.
    ஓயா வேலை தீராச் சோர்வு.
77. All that glitters is not gold.
    மின்னுவதெல்லாம் பொன்னல்ல.
78. All truths are not to be told.
    (அ) உள்ளதைச் சொன்னால் நொள்ளைக் கண்ணுக்கு நோப்பாளம்.
    (ஆ) உண்மை எல்லாம் விள்ள வேண்டாம்.
79. All is fair in love and war.
    போருக்கும், காதலுக்கும் செய்வது எல்லாமே நியாயம்தான்.
80. When all men speak, no man hears.
    அனைவரும் பேசினால் கேட்பது யார்?
81. All his geese are swans.
    காக்கைக்கும் தன் குஞ்சு பொன் குஞ்சு.
82. The property of all is a property of none.
    பொதுச் சொத்து யாரையும் சேராது.

AMBITION - ஆசை

83. Desire has no rest (limit).
    ஆசைக்கு அளவில்லை.
84. Hasty climbers have sudden falls.
    (அ) விரைவாகப் படியேறுவோர் திடீரென வீழ்வர்.
    (ஆ) அவசர முன்னேற்றம் அடித்திடும் பல்டி.
85. There is always room at the top.
    (அ) உச்சியில் என்றும் ஓர் இடம் உண்டு.
    (ஆ) ஆர்வ முயற்சியால் அடையலாம் உச்சியை.

86.	Ambition makes people diligent.
	ஆசைப்படுபவர் விடாது முயல்வர்.
87.	The higher the mountain the greater the descent.
	ஏற்றம் உயர உயர இறக்கம் அதிகம் அதிகம்.
88.	Ambition loses many a man.
	பேராசை இழந்திடும் பெரும்பாலோரை.
89.	Seek and ye shall find.
	(அ) முயற்சியுடையார் இகழ்ச்சியடையார்.
	(ஆ) தேடுவார் காண்பர், தேடாதார் காணார்.
90.	Ambition should be made of sterner stuff.
	பேராசைக்கு இல்லை இரக்க குணம்
91.	He that stays in the valley, shall not get over the hill.
	அடிவாரத்தில் தங்கிவிடுபவன் மலையைக் கடக்கமாட்டான். தேங்குபவன் முன்னேறான்.
92.	In a great river, great fishes are found, but take heed lest you be drowned.
	பெரிய கடலில்தான் சுறாமீன் இருக்கும், அதில் மூச்சடக்கத் தெரியாமல் முத்தெடுக்க முயலாதே.
93.	The greater the ambition the greater the low.
	பேராசை பெருநஷ்டம்.

ANGER - கோபம்

94.	Anger punishes itself.
	தன்னையே கொல்லும் சினம்.
95.	Anger is to be avoided in inflicting punishment.
	தண்டிக்கும்போது கோபம் கொள்ளாதே.
96.	Be swift to hear, slower to speak, still slower to wrath.
	கேட்பதற்கு விரை, பேசுவதற்கு நிதானி, கோபத்திற்குச் சுணங்கு.
97.	When angry count ten, when very angry count hundred.
	கோபம் வருங்கால் பத்து வரை எண்ணு, அதிகக் கோபம் என்றால் நூறு வரை எண்ணு.
98.	Anger is short madness.
	கோபம் அரைப் பைத்தியம்.
99.	Two things a man should never be angry at, what he can help and what he cannot help.
	உன்னால் உதவ முடியும் போதும், உதவ முடியாத போதும் ஒருபோதும் கோபங்கொள்ளாதே.

100. The angry man always thinks he can do more than he can.

கோபி முடியாததையும் செய்ய முடியும் என நினைப்பான்.

101. As fire is kindled by bellows, so is anger by words.

(அ) மௌனம் கோப நாஸ்தி.
(ஆ) துருத்தி தீயை மூட்டும், பேச்சு கோபத்தை மூட்டும்.

ANTICIPATION - எதிர்பார்ப்பு

102. Don't count your chickens before they are hatched.

(அ) முட்டை பொறியும் முன் குஞ்சுகளை எண்ணாதே.
(ஆ) மனக்கோட்டை கட்டாதே.

103. Nothing is certain but the unforeseen.

எதிர்பாராததைத் தவிர எதுவும் ஸ்திரமல்ல.

104. He laughs best who laughs last.

(அ) எதையும் தாங்கும் இதயமே சிறந்தது.
(ஆ) இறுதியில் சிரிப்பவனே இடையறாது சிரிப்பான்.

105. Don't bargain for fish which is still in the water.

கைக்கு வராததைக் கணக்குப் பார்க்காதே.

106. Fear of death is worse than death itself.

சாவினும், சாவச்சம் கொடிது.

107. Do not triumph before victory.

வெற்றி பெறுமுன் எக்காளமிடாதே.

108. Prospect is often better than possession.

வைத்திருப்பதைவிட வாய்ப்புக்கு மதிப்பு அதிகம்.

109. Expect the worst, take the best.

மோசமானதை எதிர்பார், சிறந்ததனைக் கைப்பற்று.

APPEARANCE - தோற்றம்

110. Things are not always what they seem.

(அ) இக்கரைக்கு அக்கரை பச்சை.
(ஆ) காண்பவை எப்போதும் காணப்பட்டவை போல் இரா.

111. A clean glove often hides a dirty hand.

ஒய்யாரக் கொண்டையிலே தாழம்பூவாம், உள்ளே இருப்பது ஈரும் பேனாம்.

112. A fair face may hide a foul heart.

(அ) ரோஜாவுக்கு அடியில் முள் குத்தும்.
(ஆ) அழகிய முகத்தினுள் அழுகல் இதயம் ஒளிந்திருக்கும்.

113. Appearances are deceitful.

கண்ணால் காண்பதும் பொய்.

114. The golden covering does not make the ass a horse.
    (அ) நாய்க்குத் தவிசிட்டால் யானையாகாது.
    (ஆ) வாள் பிடித்தால் பேடி வீரனாகிவிடமாட்டான்.
    (இ) தங்கப்பூச்சினால் கழுதை குதிரையாகுமா?
115. What you see is what you get.
    கண்ணால் காண்பதே கைக்குக் கிடைக்கும்.
116. Under a shabby cloak may be a smart thinker.
    (அ) அழுக்கு அங்கியின் உள்ளும் உறைவான் அறிஞன்.
    (ஆ) உருவத்தைப் பார்த்து எடைபோடாதே.
    (இ) பார்வைக்கு அகத்தியன், பராக்கிரமத்தில் அர்ச்சுனன்.
    (ஈ) கடுகு சிறுத்தாலும் காரம் போகாது.
117. All are not saints who go to Church.
    கோயிலுக்குப் போகிறவன் எல்லாம் பக்தனல்ல.
118. The cowl does not make one a monk.
    ருத்திராட்சம் தரித்தால் முனிவனாகிவிட முடியாது.
119. You can't tell a book by its cover.
    (அ) தின்னாவிட்டால் தெரியுமா தித்திப்பு, புளிப்பு?
    (ஆ) அட்டையைப் பார்த்தால் நூல் அருமை புரியுமா?
120. Still waters run deep.
    நிறைகுடம் தளும்பாது.
121. Under the thorn grow the roses.
    (அ) சேற்றில் முளைக்கும் செந்தாமரை.
    (ஆ) முள்ளில் ரோஜா.
122. There are black sheep in every flock.
    ஒவ்வொரு மந்தையிலும் கறுப்பாடுகள் இருக்கும், ஒவ்வொரு வகுப்பிலும் வம்பர்கள் இருப்பர்.

APPLE – ஆப்பிள்

123. An apple a day keeps the doctor away.
    ஒரு நாளைக்கு ஓர் ஆப்பிள் தின்றால் ஓட வேண்டாம் வைத்தியரிடம்.
124. The silver apples of the moon, the golden apples of the sun.
    முயற்கொம்பு, மான்கொம்பு.
125. There is small choice in rotten apples.
    அழுகின பழங்களில் அதிகம் பொறுக்க முடியாது.

ARGUMENT – வாக்குவாதம்

126. In arguments similes are like songs in love, they describe much but prove nothing.
    மற்போர் இடுவோர்க்கு மயிற்பீலி உதவாது. சொற்போர் இடுவோர்க்கு உவமைகள் உதவா.

127. Strong and bitter words indicate a weak cause.
(அ) காரணம் சிறிதானால் சொல் தோரணம் பெரிதாகும்.
(ஆ) வார்த்தைகள் கடுப்பாகவும், கசப்பாகவும் இருந்தால் காரணம் வலுவற்றது.

128. Many can argue; not many can converse.
வாதம் பேசல் எளிது, பேதம் இன்றி உரையாடல் அரிது.

129. Wise men argue causes and fools decide them.
அறிவாளிகள் காரணத்தை ஆய்ந்து கொண்டிருப்பார்கள், முட்டாள்கள் முன்னின்று முடிவெடுப்பர்.

130. Argument is the worst sort of conversation.
முகம் சுளிக்கும் வாதமே மோசமான உரையாடல்.

131. To flog a dead horse.
செத்த பாம்பை அடிக்கும் வீரமே வாய் வீரம்.

ART - கலை

132. Art is indeed not the bread but the wine of life.
கலை சோறூட்டாவிட்டாலும், சோர்வூட்டாது.

133. Art is not a thing; it is a way.
கலை ஒரு பொருள் அன்று, அது ஒரு நெறி.

134. A picture is a poem without words.
சொல்லாமல் சொல்வதே ஓவியம்.

135. All art is but imitation of nature.
கலைகள் அனைத்தும் இயற்கையின் நகலே.

136. Art is long and time is fleeting.
காலம் கடிது, கலையோ நெடிது.

137. He who has an art, has everywhere a part.
கலைஞனுக்கு சென்றவிடமெல்லாம் சிறப்பு.

138. Art hath an enemy called ignorance.
கலைக்குப் பகை அறியாமையே.

139. Art for art's sake and with no purpose; any purpose perverts art.
கலை கலைக்காகவே, பயன்பாட்டிற்கல்ல; பயன்பாட்டிற்கென்றால் கலை நெறி பிறழும்.

140. The object of art is to give life a shape.
வாழ்க்கைக்கு வடிவம் அளிப்பதே கலையின் நோக்கம்.

141. Life is short, but art is long.
வாழ்வு சிறிது, வளர்கலை பெரிதே!

ASKING - கேட்டல்

142. Lose nothing for want of asking.
கேட்கத் தயங்கி எதையும் இழக்காதே.

143. Ask much to have a little.
கொஞ்சம் பெற விஞ்சக் (அதிகம்) கேள்.

144. Better to ask the way than go astray.
(அ) வழி தவறுவதை விட வழிகேட்பது மேல்.
(ஆ) வாயுள்ள பிள்ளை வழி தேடிக் காணும்.

145. Ask and it shall be given to you.
கேள், கொடுக்கப்படும்; தட்டு, திறக்கப்படும்.

146. Never answer a question until it is asked.
கேள்வி கேட்கப்படும் முன் விடையைக் கொடுக்காதே.

147. He that asks faintly begs a denial.
(அ) உரத்துக் கேட்காதவன் மறுப்பைப் பெறுவான்.
(ஆ) உரத்துக் கேட்காவிட்டால் ஊர் எதுவும் தராது.

148. Delays are not denials.
தாமதங்கள் மறுப்புகள் ஆகா.

149. If you don't ask why you will be overridden.
(அ) தட்டிக் கேட்க ஆள் இல்லாவிட்டால் தம்பி சண்டப் பிரசண்டன்.
(ஆ) ஏனென்று கேட்காவிட்டால் எடுத்து எறிந்து போடுவார்கள்.

ASPIRATION - ஆர்வம்

150. Aspiring people are inspiring people.
ஆர்வம் உடையோரே ஆர்வத்தைத் தூண்ட முடியும்.

151. The thing we long for, that we are.
நாம் எதற்கு ஆர்வம் கொள்வோமோ அதாகவே ஆவோம்.

152. No bird soars too high if it soars with its own wings.
நாலுபேர் உதவியின்றி நாட்டை ஆள முடியுமா ?

ASS - கழுதை

153. An ass is an ass, though laden with gold.
(அ) தங்கப் பொதி சுமந்தாலும் கழுதை கழுதைதான்.
(ஆ) கோபுரத்தில் அமர்ந்தாலும் குருவி குருவிதான்.

154. The ass of many owners is eaten by wolves.
பலருக்குச் சொந்தமான கழுதை ஓநாய்களுககு இரையாகும்.

155. The ass that brays most eats less.
அதிகம் கத்தும் கழுதை அதிகம் தின்னாது.

156. An ass loaded with gold climbs the top of castle.
    தங்கப் பொதி சுமந்த கழுதை தடையின்றி உப்பரிகை ஏறும்.

AUTHORITY - அதிகாரம்

157. No man can be a good ruler, unless he has first been ruled.
    அடங்கத் தெரியாதவனுக்கு ஆளத் தெரியாது.
158. He is not fit to command others, that cannot command himself.
    (அ) தன்னை ஆளத் தெரியாதவன் பிறரை ஆள முடியாது.
    (ஆ) தன்னடக்கமில்லாதவன் பிறரை அடக்க முடியாது. 
159. Better to rule than to be ruled by the mob.
    (அ) கும்பலால் ஆளப்படுவதைவிட கும்பலை ஆள்வது மேல்.
    (ஆ) பல்லக்கை நீ தூக்காதே - பல்லக்கில் நீ ஏறு.
160. Authority shows the man.
    அதிகாரம் ஆளை அடையாளம் காட்டும்.
161. It is better to be the hammer than the anvil.
    பட்டறைக் கல்லாய் இருப்பதைவிட சம்மட்டியாய் இருப்பது மேல்.
162. If you wish to know a man, give him authority.
    ஆளைப் புரிந்துகொள்ள அதிகாரம் அளித்துப் பார்.
163. There is no good accord, when every woman would be a lord.
    ஆளுக்கு ஆள் மேஸ்திரியானால் கட்டடம் உருப்படுமா?
164. Give authority to the wicked and reap trouble.
    தேளுக்கு மணியம் கொடுத்தால் நொடிக்கு நொடி கொட்டும்.

B

BACK - முதுகு

165. You scratch my back and I'll scratch yours.
    என் முதுகைச் சொறிந்துவிட்டால் உன் முதுகைச் சொறிந்து விடுவேன்.
166. A man may bear till his back breaks.
    முதுகு முறியும் வரைதான் சுமையைத் தாங்க முடியும்.
167. Destiny with men for pieces plays; and one by one back in closet lays.
    விதியின் விளையாட்டை யாரால் வெல்ல முடியும்?
168. He is a good friend that speaks well of us behind our back.
    (அ) புறங் கூறாதவனே நல்ல நண்பன்.
    (ஆ) நேசனைக் காணாவிடத்து நெஞ்சாரத் துதி.

BADNESS - தீமை

169. **Sin is the root of sorrow.**
பாவமே துயரத்தின் மூலம்.

170. **Michief comes without calling for.**
தீங்கு அழையாமலே நுழையும்.

171. **He that spares the bad injures the good.**
தீயார்க்குக் கருணை நல்லார்க்குக் கேடு.

172. **Nothing is bad but it might have been worse.**
(அ) பெருந்தீங்கிற்குத் தீங்கு மேலானது.
(ஆ) தலைக்கு வந்தது தலைப்பாகையோடு போயிற்று.

173. **There is so much good in the worst of us and so much bad in the best of us.**
தீயோரிடமும் நல்லவை உண்டு, நல்லோரிடமும் தீயவை உண்டு.

174. **Never open the door for a little vice, lest a great one enters with it.**
சிறு தீமைக்கு இடம் கொடுத்தால் பெருந்தீமை புகுந்துவிடும்.

175. **Two wrongs do not make a right.**
இரண்டு தவறுகள் ஒரு சரியாகாது.

176. **Never do evil that good may come of it.**
நல்லது வரும் என்று தீயதைச் செய்யாதே.

177. **The best remedy against an ill man, is much ground between.**
துஷ்டனைக் கண்டால் தூர விலகு.

178. **He who sups with the devil should have a long spoon.**
சாத்தானுடன் விருந்துண்ணச் சட்டுவம் நீண்டிருக்க வேண்டும்.

179. **To fall into sin is human, to remain in sin is devilish.**
பாவத்தில் வீழ்வது மனிதத்தனம், அதிலேயே தங்கியிருப்பது பேய்த்தனம்.

180. **The love of the wicked is more dangerous than their hatred.**
தீயார் நட்பு அவர் பகையினும் கொடிது.

181. **Weeds want no sowing.**
(அ) புதருக்கு விதையிட வேண்டாம்.
(ஆ) கள்ளிக்கு எதற்கு முள்ளிப் வேலி ?

182. **A bad dog never sees the wolf.**
மோசமான காவல்காரனுக்குத் திருடன் கண்ணில் படமாட்டான்.

183. **A bad penny always comes back.**
செல்லாக்காசு திரும்பியே தீரும்.

184. **A bad tree does not yield good apples.**
நச்சுமரம் நற்கனி ஈனாது.

185. An evil deed has a witness in the bosom.
    குற்றமுள்ள நெஞ்சு குறுகுறுக்கும்.
186. Bad watch often feeds the wolf.
    கெட்ட வேலி பயிரை மேயும்.

BARKING - குரைத்தல்

187. A barking dog seldom bites.
    குரைக்கிற நாய் கடிக்காது.
188. His barking is worse than his bite.
    அதிகமாகக் குரைப்பான் அரிதாகவே கடிப்பான்.

BATTLE - போர்

189. The first blow is half the battle.
    (அ) முதல் தாக்குதல் பாதி வெற்றி.
    (ஆ) முதல் கோணல் முற்றிலும் கோணல். (Opposite)
190. In war the moral element and public opinion are half the battle.
    போரில் நியாயமும் பொதுமக்கள் கருத்தும் பாதி வெற்றிக்குச் சமம்.
191. Next to battle lost, the greatest misery is battle gained.
    போரில் தோல்வியை அடுத்தாற்போல் போரில் வெற்றி துயரம்மிகத் தரும்.

BE - இருத்தல்

192. To be, or not to be: That is the question.
    இருப்பதா, இறப்பதா, இதுவே பிரச்சனை.
193. Be still and have thy will.
    அமைதியாய் இரு, விரும்பியதை அடைவாய்.
194. Be as you would seem to be.
    சுய இயல்பே சுகந்தம்.
195. Be a friend to thy self and others will befriend you.
    உனக்கு நீ நண்பனாய் இருந்தால் மற்றவர் உன்னை நண்பனாக்கிக் கொள்வர்.
196. Let them be as they are, or not be at all.
    இருந்தால் இயல்பாய் இரு, இல்லாவிட்டால் சும்மா இரு.

BEAUTY - அழகு

197. A thing of beauty is a joy for ever.
    அழகிய பொருள் என்றென்றும் ஆனந்தம் அளித்திடும்.
198. Beauty is but skin-deep.
    அழகின் ஆழம் தோலளவுதான்.

199. Beauty and honesty seldom agree.
     அழகும், நேர்மையும் அரிதே இசைவுறும்.
200. Beauty opens locked doors.
     (அ) கல் நெஞ்சங்களையும் கரைத்திடும் அழகு.
     (ஆ) பூட்டிய கதவுகளையும் திறந்திடும் அழகு.
201. Beauty is eloquent even when silent.
     மௌனமாயிருந்தாலும் அழகு பேசிவிடும்.
202. A good face is a letter of recommendation.
     அழகிய முகத்திற்குப் பரிந்துரை தேவையில்லை.
203. Beauty without bounty avails not.
     கருணை இல்லா அழகு பயனற்றது.
204. Beauty for some provides escape.
     அழகு தப்பிக்க அருமையாய் உதவிடும்.
205. True beauty consists in purity of heart.
     இதயத் தூய்மையே உண்மை அழகு.
206. Beauty is in the eye of the beholder.
     (அ) ராஜா மெச்சியவள் ரம்பை.
     (ஆ) காண்பவர் கண்ணே அழகின் அடித்தளம்.
207. Beauty is power; a smile is its sword.
     அழகே ஒரு சக்தி; புன்சிரிப்பே அதன் கூர்வாள்.
208. Beauty blemished once is forever lost.
     அழகு ஒருமுறை களங்கப்பட்டால் எப்போதும் துலங்காது.
209. Beauty doth varnish age.
     அழகு வயதைக் குறைத்துக் காட்டும்.
210. Beauty comes not by forcing.
     அரிதாரம் பூசினால் அழகு வந்துவிடாது.
211. Beauty draws more than the oxen.
     எருது இறைப்பதை விட அழகு அதிகம் இறைத்திடும்.
212. Beauty is but a blossom.
     அழகு ஒரு மலரே.
213. Beauty is truth, truth beauty.
     அழகே உண்மை, உண்மையே அழகு.
214. Beauty will buy no beef.
     (அ) வெறும் அழகு சோறு போடுமா ?
     (ஆ) அழகிருந்தால் உலை கொதிக்குமா ?
215. Beauty without virtue is a curse.
     பண்பற்ற அழகு ஒரு சாபக்கேடு.

216. Beauty without modesty is infamous.
    பணிவில்லாத அழகு பாராட்டுப் பெறாது.

BED - படுக்கை

217. Early to bed and early to rise, makes a man healthy, wealthy and wise.
    விரைவில் உறங்கி விரைவில் எழுபவன், ஆரோக்கியமும் செல்வமும் அறிவும் அடைவான்.
218. Life is not a bed of roses.
    வாழ்க்கை ஒரு மலர்ப்படுக்கை அன்று.
219. As one makes one's bed, so must one lie on it.
    (அ) தன் வினை தன்னைச் சுடும்.
    (ஆ) வினை விதைத்தவன் வினையறுப்பான், தினை விதைத்தவன் தினையறுப்பான்.
220. Go to bed with the lamb and rise with the lark.
    அந்தியில் படுக்கச் செல், வைகறையில் துயில் எழு.
221. Of all the foes that man should dread the first and last is the bed.
    மனிதன் நடுங்கும் பகைவருள் முதன்மையானதும், மோசமானதும் படுக்கை ஒன்றே.

BEGGAR - இரவலன் (பிச்சைக்காரன்)

222. Beggars cannot be choosers.
    பிச்சைக்காரர்கள் பிரித்தறியக் கூடாது.
223. If wishes were horses, beggars would ride them.
    ஆசைகளே குதிரைகளானால் பிச்சைக்காரர் சவாரி செய்வர்.
224. Better die a beggar than live a beggar.
    பிச்சைக்காரனாய் வாழ்வதைவிட பிச்சைக்காரனாய் இறப்பதுமேல்.
225. A beggar can never be bankrupt.
    பிச்சைக்காரன் ஒருபோதும் திவாலாகான்.

BEGIN - தொடக்கம்

226. It is the beginning of the end.
    அது முடிவின் தொடக்கம்.
227. Well begun is half done.
    நன்கு தொடங்குவது, பாதி முடித்ததற்குச் சமம்.
228. Begin today, end never.
    இன்று தொடங்கு, என்றும் முடிக்காதே.

229. He that climbs the ladder must begin at the first rung.
மகா வித்வானும் அரிச்சுவடியில்தான் தொடங்கவேண்டும்.
230. The fear of the lord is the beginning of wisdom.
இறைவனுக்கு அஞ்சுவதே விவேகத்தின் தொடக்கம்.
231. And to make an end is to make a beginning.
முடித்தல் என்பது தொடங்குவது ஆகும்.
231A. A great Journey begins with a small step.
பல மைல் தூரப் பயணம் ஒரு சிறு காலடியில் தான் ஆரம்பம்.

BELIEF - நம்பிக்கை

232. Seeing is believing.
பார்ப்பது நம்புவதற்குச் சமம்.
233. Faith will move mountains.
நம்பிக்கை மலைகளையும் அசைத்திடும்.
234. Believe nothing of what you hear, and only half of what you see.
கேட்பதை நம்பவே நம்பாதே, காண்பதை பாதி நம்பு.
235. A fool believes everything.
(அ) கேப்பையில் நெய் வடிந்தது என்றால் கேட்பவனுக்கு புத்தி எங்கே போச்சு?
(ஆ) எல்லாவற்றையும் நம்புபவன் முட்டாள்.
236. Doubt its the key to knowledge.
ஐயமுறுதலே அறிவின் திறவுகோல்.
237. He can who believes he can.
முடியும் என்று நம்புபவன் முடித்துக்காட்டுவான்.
238. We soon believe what we desire.
விரும்புவதை விரைவில் நம்புகிறோம்.
239. Infidelity does not consist in believing or disbelieving, it consists in professing to believe what one does not believe.
நம்புவதிலும் நம்பாததிலும் இல்லை நம்பிக்கைத் துரோகம், நம்பாததை நம்புவதுபோல் காட்டிக்கொள்வதே நம்பிக்கைத் துரோகம்.
240. If you believe the doctors, nothing is wholesome; If you believe the theologists, nothing is innocent; If you believe the soldiers, nothing is safe.
டாக்டரை நம்பினால் ஆரோக்கியமானது எதுவும் இல்லை. மதவாதியை நம்பினால் பாவமல்லாதது எதுவும் இல்லை. சிப்பாயை நம்பினால் பாதுகாப்பானது எதுவும் இல்லை.
241. Man without belief will perish.
நம்பாதவன் அழிவான் (கெடுவான்).

242. Belief is relief.
 (அ) நம்பினோர்க்கு நற்கதி.
 (ஆ) நம்பினோர் துயர் நாசமாகும்.

BEST - சிறந்தது

243. Hope for the best and prepare for the worst.
 நல்லது நடக்கும் என நம்பு; தீயதை எதிர்கொள்ளத் தயாராயிரு.
244. Make the best of a bad bargain.
 ஓட்டைச் சட்டியானாலும் கொழுக்கட்டை வெந்தால் சரி.
245. The best Government is that which governs least.
 குறைந்த கட்டுப்பாடுகள் உடைய அரசாங்கமே மிகச் சிறந்த அரசாங்கம்.
246. All is for the best.
 எல்லாம் நன்மைக்கே.
247. The best is the enemy of good.
 சாலச் சிறந்தது நல்லதன் பகையே.
248. Those that make the best of time, have none to spare.
 காலத்தின் அருமை அறிந்தவர் அதை வீணாக்கமாட்டார்.
249. No doubt everything is for the best.
 நடப்பதெலாம் நன்மைக்கே என்பதில் ஐயம் ஏதும் இல்லை.

BETTER - மேன்மையானது

250. Better late than never.
 ஒரு போதும் செய்யாதிருப்பதினும் தாமதமாகச் செய்வது மேல்.
251. Better an egg today than a hen tomorrow.
 நாளை கிடைக்கும் பலாக்காயினும் இன்று கிடைக்கும் களாக்காய் மேல்.
252. Better unthought than ill thought.
 கெட்டதை நினைப்பதைவிட ஏதும் நினையாமை மேல்.
253. Better be sure than sorry.
 வருந்துவதைவிட உறுதியாய் இருப்பதுமேல்.
254. It is better to merry than to burn.
 வாட்டிக்கொள்வதைவிட மகிழ்வதுமேல்.
255. It is better to have loved and lost than never to have loved at all.
 காதலிக்காமல் இருப்பதை விட காதலித்து தோல்வியுறுவது மேல்.
256. Better bad now than worse later.
 பிற்பாடு கடுந்துயர் அடைவதைவிட தற்போது துயரமடைவது மேல்.
257. Better no law than law not enforced.
 நடைமுறைப்படுத்தப்படாத சட்டம் இருப்பதைவிட சட்டமே இல்லாமல் இருப்பது மேல்.

258. **Better ten guilty escape than one innocent man suffer.**
குற்றம் புரியாத ஒருவன் துன்பப்படுவதைவிட குற்றம் புரிந்த பத்துபேர் தப்புவதுமேல்.

259. **Better to be beaten than to be in bad company.**
கெட்ட நண்பர்களைவிட உதைபடுவதே மேல்.

260. **Better to live well, than to live long.**
நீண்ட நாள் வாழ்வதைவிட நன்றாக வாழ்வதே மேல்.

261. **Better to give than to take.**
கொள்வதைவிடக் கொடுப்பதுமேல்.

BIRD - பறவை

262. **A bird in the hand is worth two in the bush.**
(அ) பறப்பதைவிட இருப்பது மேல்.
(ஆ) புதரில் இருக்கும் இரு பறவைக்கு கையில் ஒரு பறவை மேல்.

263. **The early bird catches the worm.**
அதிகாலை எழுபவள் அதிலாபம் பெறுவாள்.

264. **To kill two birds with one stone.**
ஒரே கல்லில் இரு மாங்காய் அடித்தல்.

265. **Birds of the same feather flock together.**
இனம் இனத்தோடு சேரும்.

266. **A bird is known by its note, the man by his words.**
கூவும் இசையால் பறவையை அறி, கொடுக்கும் வாக்கால் மனிதனை அறி.

267. **Fair feathers make fine birds.**
அழகிய இறக்கைகள் படைக்கும் அற்புதப் பறவைகளை.

BITE - கடி

268. **Don't bite more than you can chew.**
(அ) விரலுக்குத் தகுந்த வீக்கம் வேண்டும்.
(ஆ) மெல்ல முடியாத அளவுக்கு கடிக்காதே.

269. **His bark is worse than his bite.**
அதிகமாகக் குரைப்பான் அரிதாகவே கடிப்பான்.

270. **He that hath been bitten by a snake Is afraid of rope.**
(அ) அரண்டவன் கண்ணுக்கு இருண்டதெல்லாம் பேய்.
(ஆ) பாம்பு கடித்தால் கயிற்றைக் கண்டாலும் பயம்.

271. **Once bitten twice shy.**
ஒருமுறை கடித்தால் இருமுறை தயக்கம்.

272. **Dead men don't bite.**
செத்த பாம்பு கடிக்காது.

BLESSED - அதிர்ஷ்டக்காரன்

273. **Blessed is he who expects nothing, for he shall never be disappointed.**
எதையும் எதிர்பாராதவனே அதிர்ஷ்டக்காரன், என்றும் அவன் ஏமாற்றமடையான்.

274. **Blessed is he who has found his work.**
தன்னுடைய வேலையை அறிந்தவனே அதிர்ஷ்டக்காரன்.

BLINDNESS - குருடு

275. **A blind man cannot judge colours.**
குருடன் நிறத்தைக் கூறமுடியுமா ?

276. **There is none so blind as they wait to see.**
காணக் காத்திருப்பவனைப் போலக் குருடனானவன் வேறில்லை.

277. **In the kingdom of the blind, one-eyed man is king.**
(அ) ஆலையில்லா ஊருக்கு இலுப்பைப்பூ சர்க்கரை.
(ஆ) குருட்டு ராஜ்யத்தில் ஒற்றைக் கண்ணன் அரசன்.

278. **If the blind lead the blind, both shall fall into a ditch.**
குருடன் குருடனுக்கு வழிகாட்டினால் கோபுரத்தில் முட்டிக்கொள்ள வேண்டியதுதான் (குடுகுடு பள்ளத்தில் விழ வேண்டியதுதான்).

BLOOD - இரத்தம் (குருதி)

279. **Blood is thicker than water.**
தான் ஆடாவிட்டாலும் தன் சதை ஆடும்

280. **The blood of martyrs is the seed of the Church.**
தியாகிகளின் குருதியே மாதாகோயிலின் வித்து.

281. **That is best blood that hath most iron in it.**
நிறைந்த இரும்புச்சத்துள்ளதே சிறந்த ரத்தம்.

282. **Blue blood has its uses and abuses.**
மேற்குடி மக்களால் நற்பயனும் உண்டு, தீப்பயனும் உண்டு.

BLOSSOM - மலர்

283. **Beauty is but a summer time blossom.**
அழகு வெறும் வசந்தகாலத்து மலரேயாகும்.

284. **Vain glory blossoms but never bears.**
வீண்பெருமை பூக்கிறதே தவிரக் காய்க்கிறதில்லை.

285. **Blossom by blossom the spring begins.**
மலர்கள் பூத்தால் வசந்தம் தொடங்கும்.

BLOW - அடித்தல் (வீசுதல்)

286. Never blow your own trumpet.
 (அ) தற்பெருமை பேசாதே.
 (ஆ) தன்னைப் புகழ்தல் தகாது.
287. Never blow hot and cold in the same breath.
 ஒரே சமயத்தில் முன்னுக்குப்பின் முரணாய்ப் பேசாதே.
288. The first blow is half the battle.
 முதல் தாக்குதல் பாதி வெற்றி.
289. It is an ill wind that blows nobody good.
 நச்சுக்காற்று நன்மை தராது.

BODY - உடல்

290. If anything is sacred, human body is sacred.
 மனித உடலினும் புனிதம் வேறில்லை.
291. A sound mind in a sound body.
 திடமான உடலில்தான் திடமான மனம்.
292. The soul needs few things, the body many.
 உடலின் தேவைகள் அனந்தம், ஆன்மாவின் தேவையோ சிலவே.
293. For the body at best is a bundle of aches.
 பேசிடின் இவ்வுடல் பிணிகளின் பெட்டகம்.

BOOKS - நூல்கள்

294. A good book is the best of friends, the same for today and forever.
 இன்றும் என்றும் நல்ல புத்தகம் உத்தம நண்பன்.
295. Books will speak plain, when counsellors blanch.
 ஆலோசகர்கள் மழுப்பினும் நூல்கள் உள்ளதை உள்ளபடி உரைக்கும்.
296. Laws die, books never.
 சட்டங்கள் மாறலாம், நூல்கள் மாறாது.
297. A book is the only immortality.
 என்றும் இறவாதது நூல் ஒன்றே.
298. In books and love, the mind pursues one end.
 நூல்களிலும், காதலிலும் மனம் ஓர் இலக்கையே நாடும்.
299. A good book is the precious life-blood of a master spirit.
 ஒரு நல்ல புத்தகம் தலைசிறந்த ஆன்மாவின் விலைமதிப்பற்ற உயிர்த் துடிப்பு.
300. Of all the needs a book has, the chief need is that it is readable.
 படிக்கும்படி இருப்பதே நூலின் முக்கியத் தேவை.

BORN - பிறத்தல்

301. **Man is born free and everywhere he is in chains.**
சுதந்தரமாய்ப் பிறந்த மனிதன் எங்கும் தளைப்பட்டிருக்கிறான்.

302. **As soon as a man is born he begins to die.**
பிறந்த மாத்திரத்திலே மனிதன் இறக்கத் தொடங்குகிறான்.

303. **Every moment dies a man, every moment one is born.**
(அ) கணங்கணம் இறப்பான் மனிதன், கணம் கணம் பிறப்பான் ஒருவன்.
(ஆ) பிறந்தன இறக்கும், இறந்தன பிறக்கும்.

THE BRAVE - வீரன்

304. **Fortune favours the brave.**
வீரர்களையே அதிர்ஷ்டம் விரும்பிச் சேரும்.

305. **None but the brave deserve the fair.**
அழகை அடையும் தகுதி வீரனைத் தவிர வேறு யாருக்கு ?

306. **The brave will save.**
வீரனே காப்பாற்றுவான்.

307. **O brave new world, that has such people in it.**
வீரம்மிக்க புத்துலகே தீரம்மிக்க மக்களையுடையது.

BREAD - உணவு

308. **Hope is the poor man's bread.**
நம்பிக்கையே ஏழையின் உணவு.

309. **Man shall not live by bread alone.**
உணவு மட்டுமே மனிதனை வாழ்விக்காது.

310. **The bread of adversity and the water of affliction.**
துரதிருஷ்டமே உணவு, இடரே குடிநீர்.

311. **Better half a loaf than no bread.**
(அ) பட்டினிக்குப் பழைய சோறு மேல்.
(ஆ) உணவே இல்லாமைக்கு ஒரு கவளம் மேல்.

312. **Give us this day our daily bread.**
இன்றைய உணவை இன்று எமக்களியுங்கள்.

BREVITY - சுருங்கக் கூறல்

313. **Brevity is the soul of wit.**
சுருங்கக் கூறலே அறிவின் ஆன்மா.

314. **The more you say the less the people remember.**
பல சொன்னாலும் மக்கள் மனதில் சிலவே நிற்கும்.

BUILDING - கட்டுதல்

315. It is easier to pull down than to build.
கட்டுவதை விட இடிப்பது எளிது.

316. The end is to build well.
நன்றாய்க் கட்டுவதே நமது நோக்கம்.

317. Who borrows to build, builds to sell.
கடன் வாங்கிக் கட்டுபவன் விற்கவே கட்டுகிறான்.

318. Building and borrowing a sack full of sorrowing.
கட்டுவதும், கடன் வாங்குவதும் கோணி நிறைய வேதனை தரும்.

BUSINESS - தொழில், வேலை

319. Everybody's business is nobody's business.
அனைவரின் வேலை எவனுடைய வேலையும் அல்ல.

320. Business is like oil, it won't mix with anything but business.
எண்ணெய் எண்ணெயுடனே கலக்கும். வியாபாரம் வியாபாரத்துடனேயே கலக்கும்.

321. Business without profit is not business anymore than a pickle is a candy.
இலாபம் இல்லாத வியாபாரம் இனிப்பில்லாத கற்கண்டு.

322. Business is other people's money.
வாணிபம் என்பது பிறர் பணம்.

323. Cheat or be cheated is something called business.
வியாபாரம் என்ற பெயரில் ஏமாற்று அல்லது ஏமாறு.

324. To be a success in business, be daring, be first and be different.
வியாபாரத்தில் வெற்றி பெறத் துணிவுடன் இரு, முதலில் இரு மற்றும் மாறுபட்டிரு.

BULL - எருது

325. Like a bull in a china shop.
வெங்கலக் கடைக்குள் யானை புகுந்தது போல.

326. To take the bull by the horn.
கொம்பைப் பிடித்து எருதை அடக்குதல்.

327. A red rag to the bull.
காளை மிரளக் காட்டும் செந்துணி.

BUSH - புதர்

328. Good wine needs no bush.

நல்ல சாராயத்தைப் புதர் மறைவில் விற்க வேண்டியதில்லை.

329. A bad bush is better than the open field.

(போரில் சுடும்பொழுது) திறந்தவெளிக்கு ஒரு மோசமான புதரே மேல்.

C

CALL - அழைப்பு

330. Call no man happy till he dies.

இறக்கும் வரையில் ஒருவரையும் மகிழ்ச்சியானவன் என்றழைக்காதே.

331. Many are called but few are chosen.

(அ) பலர் அழைக்கப்படுகிறார்கள், சிலரே தேர்ந்தெடுக்கப்படுகிறார்கள்.

(ஆ) பலருக்கு அழைப்பு, சிலருக்கே தேர்வு.

332. Call the bear uncle till you are safe across the bridge.

(அ) பரமசிவன் தலையில் இருந்தால் பாம்பும் "கருடா சௌக்கியமா ?" என்று கேட்கும்.

(ஆ) பாதுகாப்பான இடத்தை அடையும் மட்டும் பகைவனையும் நட்பாக்கு.

CALM - அமைதி

333. After a storm there is a calm.

புயலுக்குப் பின் அமைதி.

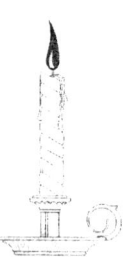

CANDLE - மெழுகுவர்த்தி

334. To hold a candle to a devil.

வேதாளத்திற்கு விளக்குப் பிடித்தது போல.

335. A candle lights others and consumes itself.

(அ) பிற விளக்குகளை ஏற்றித் தன்னையே அழித்துக்கொள்வதே மெழுகுவர்த்தி.

(ஆ) பிறர்க்கு உதவி தன்னைத் தியாகம் செய்வதே மெழுகுவர்த்தி.

CARE - கவலை, அக்கறை

336. Care killed the cat.

அதிகக் கவலை அழிவில் முடியும்.

337. Youth is full of pleasure, Age is full of care.

வாலிபம் இன்பத்தால் நிறையும். வயோதிகம் கவலையால் நிரம்பும்.

338. Past care, past cure.

அக்கறை போனால், சிகிச்சையும் போகும்.

339. **A pound of care will not pay an ounce of debt.**
(அ) வாய் சர்க்கரை கை பொக்கரை.
(ஆ) கவலைப்பட்டால் மட்டும் கடன் தீர்ந்துவிடுமா ?

340. **A stitch in time saves nine.**
(அ) விரிசலைச் சரிசெய்து விட்டால் உடைவது தப்பும்.
(ஆ) காலத்தே களையெடுத்தால் பயிருக்கு பாதுகாப்பு.

CAT - பூனை

341. **Curiosity killed the cat.**
அறியும் ஆவலில் அக்குவேறு ஆணிவேறானதாம் பூனை.

342. **A cat has nine lives.**
பூனைக்கு ஒன்பது வாழ்க்கை.

343. **A cat in gloves catches no mice.**
கையுறை அணிந்த பூனை எலி பிடிக்காது.

344. **To let the cat out of the bag.**
அப்பன் குதிருக்குள் இல்லை என்றானாம்.

345. **A cat may look at a king.**
பூனை மன்னனைக் காணமுடியும்.

346. **The temple cat does not fear for the deity.**
கோயில் பூனை கடவுளுக்கு அஞ்சாது.

CAUTION - எச்சரிக்கை

347. **Look before you leap.**
ஆழம் பார்த்துக் காலை விடு.

348. **In fair weather prepare for foul.**
மழைக்கு முன் குடையைச் சீர்செய்.

349. **Prevention is better than cure.**
வருமுன்னர் காக்காவிட்டால் வாழ்க்கை பாழாம்.

350. **Little boats should keep near shore.**
(அ) நீந்தத் தெரியாவிட்டால் ஆழம் போகாதே.
(ஆ) சிறிய படகுகள் கரை காணாமல் போகக் கூடாது.

351. **Walls have ears.**
பகலில் அக்கம் பக்கம் பார்த்துப் பேசு; இரவில் அதுவும் பேசாதே.

352. **The cautious seldom err.**
முன் எச்சரிக்கை உள்ளவன் தவறுசெய்வது அரிது.

CHANGE - மாற்றம்

353. **Times change and we with them.**
காலம் மாறிப்போனால் ஆளும் மாறிப்போவான்

354. There is nothing permanent except change.
    மாறும் தன்மை ஒன்றே மாறாது என்றும் நிற்கும்.
355. Change is the law of nature.
    மாற்றமே இயற்கையின் நியதி.
356. Preserve the old, but know the new.
    பழமையைப் பாதுகாத்திடு, புதுமையை அறிந்திடு.
357. A rolling stone gathers no moss.
    அடிக்கடி வேலை மாறுபவன் அதிகம் சாதிக்கமாட்டான்.
358. You can't put new wine into old bottles.
    புதிய மதுவை பழைய குப்பிகளில் அடைக்க முடியாது.
359. Novelty always appears handsome.
    புதுமை எப்பொழுதும் அழகாய்த் தோன்றும்.
360. The desire for change is a sign of safety.
    மாற விரும்புவது பாதுகாப்பின் அறிகுறி.
361. The world is always changing.
    உலகம் எப்போதும் மாறிக்கொண்டிருக்கிறது.
362. Constant change is a sign of progress.
    இடையறா மாற்றம் முன்னேற்றத்தின் அறிகுறி.

CHARACTER - நற்பண்பு

363. Once a knave, always a knave.
    ஒருமுறை அயோக்கியன் எப்போதும் அயோக்கியன்.
364. The fox may grow grey, but never good.
    (அ) தேள் செந்நிறமாய் வளர்ந்தாலும் கொட்டுவது நிற்குமா ?
    (ஆ) நரி சாம்பல் நிறமாக வளரும். ஆனால், ஒருபோதும் நல்லதாக மாறாது.
365. Of evil grain no good seed can come.
    (அ) பேய்ச் சுரைக்காயில் நல்ல விதை கிட்டுமா ?
    (ஆ) விதை எப்படியோ பயிர் அப்படி.
366. He that is born a fool is never cured.
    அறிவிலியாய்ப் பிறந்தவன் ஒருநாளும் அறிஞனாகான்.
367. Cut off a dog's tail and he will still be a dog.
    (அ) காக்கை குளித்தாலும் கொக்காகுமா ?
    (ஆ) நாயின் வாலை ஒட்ட வெட்டினாலும் நாய்தான்.
368. The leopard cannot change his spots.
    (அ) நாய் வாலை நிமிர்த்த முடியாது.
    (ஆ) சிறுத்தை தன் புள்ளிகளை மாற்றாது.
369. You cannot make a silk purse out of a sow's ear.
    (அ) முடியைப் பொசுக்கிக் கரியாக்க முடியுமா ?
    (ஆ) பன்றியின் காதால் பட்டுப் பை செய்ய முடியுமா ?

370. You cannot make a crab walk straight.

நண்டை நேராக நடக்க வைக்க முடியாது.

371. When wealth is lost, nothing is lost. When health is lost, something is lost. When character is lost, everything is lost.

(அ) செல்வம் இழந்தால் ஒன்றும் இழந்துவிடவில்லை. உடல் நலம் இழந்தால் ஏதோ ஒன்று இழக்கப்பட்டது. நற்பண்பு இழந்தால் அனைத்தும் இழந்ததாகும்.

(ஆ) செல்வம் போனால் எதுவும் போகவில்லை. உடல்நலம் போனால் ஏதோ ஒன்று போயிற்று. நற்பண்பு போனால் அனைத்தும் போயிற்று.

372. A man never discloses his own character so clearly as he describes another's.

தன் குணத்தை மறைத்திடுவான், பிறர் குணத்தைப் பிட்டு வைப்பான்.

373. Character is a diamond which scratches every other stone.

ஒவ்வொரு கல்லையும் அறுக்கும் வைரக் கல்லே நற்குணம்.

374. Eagles do not breed doves.

(அ) புலிக்குப் பிறந்தது பூனையாகாது.

(ஆ) வேட்டைப் பருந்து புறாக்குஞ்சு பொறிக்காது.

CHARITY - தர்மம்

375. Charity begins at home.

தனக்கு மிஞ்சியே தானதர்மம்.

376. It is most blessed to give than to receive.

ஏற்பதைவிட இடுவது சிறப்பு.

377. With malice towards none; with charity for all.

யாரிடமும் குரோதம் கொள்ளாதே, எல்லோரிடமும் அன்புகொள்.

378. In charity, there is no excess.

தான தர்மத்திற்கு அளவு இல்லை.

379. Charity is a double blessing.

(அ) தருமம் தலைகாக்கும்; தக்க தருணத்தில் துணை நிற்கும்.

(ஆ) தருமம் என்பதோர் இரட்டை ஆசீர்வாதம்.

380. This only is charity, to do all, all that we can.

நம்மால் செய்ய முடிந்ததைச் செய்வதே தர்மம்.

381. Charity covers a multitude of sins.

கொடை பாவங்களை மறைக்கும் குடையாம்.

CHEERFULNENSS - மகிழ்ச்சி, உற்சாகம்

382. A merry heart maketh a cheerful countenance.

அகத்தின் அழகு முகத்தில் தெரியும்.

383. **Cheerful yesterdays and confident to-morrows.**
கடந்தகால மகிழ்ச்சி எதிர்கால நம்பிக்கை.

384. **Cheer up, the work is yet to be.**
உற்சாகப்படுத்திக்கொள்ளுங்கள் படுமோசமானது இனிமேல்தான் இருக்கிறது.

385. **A good laugh is sunshine in the house.**
இன்பச் சிரிப்பே இல்லத்தின் ஒளி.

386. **Hearty laugh dispels disease.**
வாய் விட்டுச் சிரித்தால் நோய்விட்டுப் போகும்.

CHILDREN - குழந்தைகள்

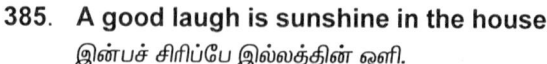

387. **The child is the father of man.**
இன்றைய குழந்தையே நாளைய மனிதன்.

388. **Boys will be men.**
சிறுவர்கள் எல்லாம் பெரியவர் ஆவர்.

389. **He that has no children knows not what is love.**
(அ) மலடிக்கு வருமா மழலைமேல் அன்பு.
(ஆ) பிள்ளை பெறாதவனுக்கு அன்பு தெரியாது.

390. **Children are poor man's riches.**
மழலைச்செல்வமே ஏழையின் செல்வம்.

391. **A son is a son till he gets him a wife, but a daughter is a daughter all the days of her life.**
மனைவி வரும்வரையே மகன, வாழ்நாள் எல்லாம் மகள்.

392. **Children and fools cannot lie.**
குழந்தைக்கும், முட்டாளுக்கும் பொய் சொல்லத் தெரியாது.

393. **Children should be seen and not heard.**
குழந்தைகளைக் கேட்டறிவதினும் பார்த்தறிவதே மேல்.

394. **Let not a child sleep upon bones.**
எலும்புந் தோலுமாய்க் குழந்தையை வளர்க்காதே.

395. **Children and chicken must always be picking.**
குழந்தையும், கோழிக்குஞ்சும் எப்போதும் பொறுக்கும்.

396. **Spare the rod and spoil the child.**
அடி உதவுவது போல் அண்ணன் தம்பி உதவ மாட்டான்.

397. **A child is not a vase to be filled, but a fire to be lit.**
குழந்தையின் மீது எதையும் திணிக்காதே; அதுவாகப் பற்றும்படி அறிவு கொளுத்து.

398. Everyone is the child of his past.
ஒவ்வொருவரும் தன் கடந்த காலத்தின் குழந்தையே.
399. There's only one pretty child in the world, and every mother has it.
(அ) காக்கைக்கும் தன் குஞ்சு பொன்குஞ்சு.
(ஆ) எல்லாத் தாய்க்கும் தன் குழந்தையே அழகு.

CHOOSING - தேர்ந்தெடுத்தல்

400. You cannot have your cake and eat it too.
கூழுக்கும் ஆசை, மீசைக்கும் ஆசை.
401. The customer is always right.
வாடிக்கையாளர் கணிப்பே சரி.
402. Weigh justly and sell dearly.
அதிக விலைக்கு விற்றாலும் எடையை குறைக்காதே.
403. He that is afraid to ask the price will never have a good thing cheap.
விலை கேட்கவே அஞ்சுபவன் நல்லதைக் குறைந்த விலைக்கு வாங்க முடியுமா ?
404. You cannot have it both ways.
கூழுக்கு ஆசைப்பட்டால் மீசையை மழித்துவிடு.

CLIMB - ஏறுதல்

405. He who never climbed never fell.
மேலே ஏறாதவன் கீழே எப்படி விழுவான் ?
406. To climb steep hills require slow pace at first.
செங்குத்தான மலை ஏறுபவன் தொடக்கத்தில் மெல்லடிதான் வைக்கவேண்டும்.
407. He who would climb the ladder must begin at the bottom.
முடியை எட்ட அடியில் தொடங்கு.

CLOUD - மேகம்

408. Every cloud has a silver lining.
ஒவ்வோர் இன்னலும் மின்னல் கீற்றென நன்மை கொண்டது.
409. To be under a cloud.
சந்தேகத்திற்கு ஆளாகு.

COME - வருதல்

410. Come rain, come shine.
மழையோ, வெயிலோ வருவது வரட்டும்.

411. He who comes uncalled, sits unserved.
 அழையா விருந்தாளிக்கு அறுசுவை விருந்தா கிடைக்கும்?
412. Come what may, what is to come is still unsure.
 வந்தது வரட்டும், எதுவருமென்று யாருக்குத் தெரியும்?
413. The wheel has come full circle.
 அலைந்து அடிபட்டு ஆரம்பத்திற்கே மீண்டும் வந்தோம்.
414. That which cometh from above let no man refuse.
 மேலிருந்து வருவதை மறுத்திடாதே.

COMMON SENSE - பகுத்தறிவு

415. Common sense is an instinct and enough of it is genius.
 பகுத்தறிவு ஓர் இயல்பான உணர்வு, அது அதிகம் இருந்தால் பேரறிஞன்.
416. Common sense is very uncommon.
 பகுத்தறிவைப் பரவலாகப் பார்க்க முடிவதில்லை.
417. Sword of common sense, our surest gift.
 பகுத்தறிவுக் கூர்வாள் பலன்தரும் கொடையே.

COMPANY - நட்பு

418. A man is known by the company he keeps.
 நண்பர்களை வைத்தே நம்மை எடைபோடுவர்.
419. As a man is, so his company.
 நாம் எப்படியோ, நம் நண்பர் அப்படியே.
420. Good company upon the road is the shortest cut.
 நல்ல நண்பருடன் வாழ்க்கையில் நடந்தால் எதுவும் எளிதில் கைகூடும்.
421. Two is company, three is crowd.
 இருவர் நட்பு, மூவர் கும்பல்.
422. Better be alone than in bad company.
 கெட்ட நட்பைவிடத் தனித்திருப்பது மேல்.

COMPLAINT - புகார்

423. Complaints are lies in court clothes.
 வழக்கறிஞரின் உடையில் வரும் புகார்கள் பொய்களாகும்.
424. He who complains wrongfully of the sea, twice suffers ship-wreck.
 (அ) கல்மேல் குற்றஞ் சாட்டுபவன் தடுக்கி விழுவான் இருமுறை.
 (ஆ) கடல்மேல் பழிபோடுபவனின் கப்பல் இருமுறை உடையும்.

COMPROMISE - விட்டுக்கொடுத்தல்

425. Better bend than break.
 உடைவதைவிட வளைவதுமேல்.

426. Compromise anything for a quiet life.
அமைதியான வாழ்க்கை பெற எதையும் விட்டுக்கொடுக்கலாம்.
427. To run with the hare and hunt with the hounds.
முயலுடன் சேர்ந்தால் ஓடிப்போ, நாயுடன் சேர்ந்தால் வேட்டையாடு.
428. Do in Rome as the Romans do.
ஊருடன் ஒத்து வாழ்.

CONCEIT - போலித் தற்பெருமை

429. Great braggers, little doers.
வாய்ச்சொல் வீரர், செயல்வீரர் ஆகார்.
430. They can do least who boast loudest.
(அ) குறை குடம் கூத்தாடும், நிறை குடம் நீர் தளும்பாது.
(ஆ) தன் பெருமையைத் தம்பட்டமடிப்பவன் எதையும் செய்ய மாட்டான்.
431. There is no such flatterer as a man's self.
தன்னை விடவும் தற்புகழ்ச்சிக்கு ஆளில்லை.
432. Men love to hear well of themselves.
முகஸ்துதிக்கு மயங்காத மனிதனில்லை.
433. Every bird loves to hear himself sing.
தம் புகழைத் தாம் பாடாதார் இல்.
434. Never be boastful, someone may pass who know you as a child.
ஒருபோதும் தற்பெருமையைப் பீற்றாதே. குழந்தையிலிருந்து உன்னை அறிந்தவர் அங்கு எதிர்ப்படக் கூடும்.

CONFIDENCE - நம்பிக்கை

435. Between you and me and the post.
பரஸ்பர நம்பிக்கை தூண்போல் தாங்கும்.
436. Act as if it were impossible to fall.
வீழாது ஏறும் நம்பிக்கையுடன் வினையாற்று.
437. Confidence carries conviction.
நம்பிக்கை நாட்டிடும் உறுதியை.
438. Skill and confidence are an unconquered army.
திறமையும், நம்பிக்கையும் வெல்ல முடியாத படை.
439. Confidence is a plant of slow growth.
நம்பிக்கை வளர நாள் பிடிக்கும்.

CONTEMPT - வெறுப்பு

440. Familiarity breeds contempt.
பழகப் பழகப் பாலும் புளிக்கும்.

441. Never was a scornful man well received.
முகஞ்சுளிப்பவனுக்கு நல்வரவில்லை.

442. Contempt is the sharpest reproof.
வெறுப்பைக் காட்டுவதே கண்டனத்தின் அறிகுறி.

443. Many can bear adversity, but few contempt.
துன்பத்தைப் பொறுத்துக்கொண்டாலும் வெறுப்பைப் பொறுத்துக் கொள்ள முடியாது.

444. He that repects not is not respected.
மரியாதை கொடுத்து மரியாதை வாங்கு.

CONTENTMENT - மன நிறைவு

445. He is at ease who has enough.
போதுமானது கையிலிருந்தால் போகத்திற்குக் குறைவில்லை.

446. He has nothing that is not contented.
(அ) திருப்தியுறாதவனுக்கு எது இருந்தாலும் இல்லைதான்.
(ஆ) போதுமென்ற மனமே பொன் செய்யும் மருந்து.

447. The greatest wealth is contentment with a little.
குறைவானதற்குத் திருப்தியடையவதே நிறைவான செல்வம்.

448. There was never enough where nothing was left.
மிச்சம் வைக்காத இடத்தில் எதுவும் நிரம்பாது.

449. Humble hearts have humble desires.
எளிய இதயங்களுக்கே எளிய ஆசைகள்.

450. Little thingc are great to little man.
அற்ப மனிதர்களுக்கு அற்ப விஷயங்களே பெரியவை.

451. Discontent is the first step in progress.
அதிருப்தியே முன்னேற்றத்தின் முதற்படி.

452. A wise man cares not for what he cannot have.
பெறமுடியாததற்கு ஏங்க மாட்டான் புத்திசாலி.

453. The grass is always greener on the other side of the fence.
இக்கரைக்கு அக்கரை பச்சை.

454. The goat must browse where she is tied.
(அ) கட்டின இடத்தில்தான் ஆடு மேய வேண்டும்.
(ஆ) கிணற்று மீன் சமுத்திரத்தில் நீந்த முடியாது.

455. A man must plough with such oxen as he has.
கையில் இருக்கும் மாவைக்கொண்டுதானே அப்பம் சுட வேண்டும்.

456. No man is content with his lot.
உள்ளதைக்கொண்டு திருப்தி அடைந்தவன் உலகத்தில் இல்லை.

CONVERSATION - உரையாடல்

457. Silence is one great art of conversation.

(அ) உரையாடல் கலையில் மௌனத்திற்கும் பங்குண்டு.

(ஆ) பேசாதிருப்பதும் உரையாடலில் ஒரு கலையே.

458. Conversation reveals one what he is.

உரையாடல் ஒருவரைக் காட்டிக் கொடுத்துவிடும்.

459. Talk less, think more.

குறைவாகப் பேசு, அதிகம் சிந்தி.

460. Speech is silver, silence golden.

பேச்சு பித்தளை, மௌனம் தங்கம்.

461. The first ingredient in conversation is truth; the next, wit.

உரையாடலின் முதற்கூறு உண்மை, அடுத்தது நகைச்சுவை.

462. Conversation maketh a ready man.

உரையாடல் ஒருவனை ஆயத்த மனிதனாக்கும்.

463. A good conversationalist is not one who remembers what was said, but says what someone wants to remember.

மற்றவர் சொன்னதை நினைவுகூர்வது உரையாடல் அல்ல, மற்றவர் நினைவு கூர விரும்புவதை உரைப்பதே உரையாடல்.

CORRUPTION - ஊழல்

464. One scabbed goat will mar a whole flock.

(அ) சொறிபிடித்த ஒரு ஆட்டால் மந்தையே கெடும்.

(ஆ) ஒரு கூடைப் பழத்திற்கு ஒரு அழுகல் போதும்.

465. He that has to do with what is foul, never comes away clean.

சாக்கடையில் மூழ்குபவனிடம் சந்தன மணம் வீசுமா ?

466. He who lives with cats will get a taste for mice.

மாடு, எருமை மாட்டோடு சேர்ந்தால் சேற்றுக் குட்டையில்தான் அமிழும்.

467. Power tends to corrupt and absolute power corrupts absolutely.

அதிகாரம் ஊழல் செய்ய மயக்கும், முழு அதிகாரம் ஊழல் புரிய முழுமையாக மயக்கும்.

468. A bribe will enter without knocking.

கதவைத் தட்டாமேலே கையூட்டு வந்து சேரும்.

469. Neither bribe, nor lose thy right.

இலஞ்சம் கொடாதே, உரிமையை விடாதே

470. Corruption of the best becomes the worst.

பொன்னே துருப்பிடித்தால் போக்கிடம் ஏது ?

471. Who greases his way travels easily.
கையூட்டு அளிப்பவன் காரியம் கைகூடும்.
472. Little thieves are hanged, but great ones escape.
சிறிய திருடனுக்குத் தூக்குமரம், பெரிய திருடனுக்கு சிம்மாசனம்.
473. The unrighteous penny corrupts the righteous pound.
(அ) நேர்மை இல்லாத கையாள் நேர்மையுள்ள அதிகாரியையும் கெடுத்துவிடுவான்.
(ஆ) சிறு கையூட்டும் பெருஞ்செல்வத்தைக் குலைத்திடும்.

COUNTRY - நாடு

474. My country, right or wrong.
தவறோ சரியோ என் நாடு பொன் நாடு
475. Happy is the country which has no history.
வரலாறு இல்லாத நாட்டிற்கு வந்திடும் மகிழ்ச்சி.
476. Ask not what your country can dor for you. Ask what you can do for your country.
நாடு உனக்கு என்ன செய்தது என்று கேளாதே. நாட்டுக்கு நீ என்ன செய்யப் போகிறாய்? என்று கேட்டுக்கொள்.
477. What a pity it is that we can die but once to save our country.
தாய் நாட்டைக் காக்க ஒருமுறை தானே உயிர்விட முடியும்? என்ன அவலம் இது!

COURAGE - வீரம்

478. None but the brave deserve the fair.
வீரனுக்கு மட்டுமே அழகை அடையும் தகுதியுள்ளது.
479. Despair gives courage to a coward.
மனமுறிவு (விரக்தி) கோழையையும் வீரனாக்கும்.
480. A man of courage never wants weapon.
வீரனுக்கு வாள் தேவையில்லை.
481. A brave man's wounds are seldom on his back.
மார்பில் விழுப்புண் பெறுபவனே வீரன்.
482. A brave man may fall, but he cannot yield.
வீழ்ந்தாலும் வீரன் அடி பணிய மாட்டான்.
483. Fortune favours the bold.
அதிர்ஷ்ட தேவதை வரனையே அரவணைப்பாள்.
484. Courage and perseverance conquer all before them.
வீரமும், விடா முயற்சியும் அனைத்தையும் வெல்லும்.

485. **To the real hero life is a mere straw.**
உண்மை வீரனுக்கு உயிர் வெறும் துரும்பே.

486. **Great things are done more through courage than wisdom.**
விவேகத்திலும் வீரம் அருஞ் செயல் புரியும்.

487. **Fear can keep a man out of danger, but courage can support him in it.**
அச்சம் அபாயத்திலிருந்து தப்ப வைக்கும்; ஆனால் வீரம் அதில் உறு துணை ஆகும்.

488. **Calamity is the touch-stone of a brave mind.**
பேரிடர் வீரனுக்கு உரைகல் ஆகும்.

489. **Courage and wisdom are the greatest virtues of man.**
வீரமும், விவேகமும் மனிதனின் மாபெரும் பண்புகள்.

COWARDICE - கோழைத்தனம்

490. **Cowards die many times but the brave die only once.**
கோழைகள் பலமுறை மடிவர்; வீரனுக்கு மரணம் ஒருமுறைதான்.

491. **Of cowards no history is written.**
கோழைகள் வரலாறு படைப்பதில்லை.

492. **He that fights and runs away, may live to fight another day.**
போரிட்டு ஓடுபவன் இன்னொரு நாள் போரிட உயிரோடிருப்பான்.

493. **A bully is always a coward.**
எளியாரை வாட்டுபவன் எப்போதும் கோழையே.

494. **He that forecasts all perils, will never sail the sea.**
அபாயங்களை முன்னறிவிப்பவன் ஆற்றுவனோ வீரப் பயணம்?

495. **Put the coward to his mettle, and he'll fight the devil.**
கோழையை எழுச்சிபெறச் செய்தால் பேயோடும் போரிடுவான்.

496. **It is better to be a coward for a minute than dead for the rest of your life.**
இறப்பதை விட ஒரு கணம் கோழையாக இருந்து உயிர் பிழைப்பது மேல்.

CRIME - குற்றம்

497. **Stolen waters are sweet.**
திருடிய மாங்காய் இனிக்கும்.

498. **He that will steal an egg, will steal an ox.**
தினை திருடுபவன் பனை திருட மாட்டானா?

499. Criminals are made secure by great crimes.
சிறு திருட்டை மூடப் பெருந் திருட்டைச் செய்.
500. He that brings up his son to nothing, breeds a thief.
மகனை ஒன்றுக்கும் உதவாதவனாய் வளர்த்தால் திருடனாவான்.
501. The back door robs the house.
கொல்லைப்புறக் கதவு வீட்டையே திருடி விடும்.

CROSS - துன்பம், துயரம், தடை, கடத்தல்

502. Cross your bridges when you come to them.
(அ) பாலம் வந்த பிறகே கடந்து செல்
(ஆ) துயரம் வந்த பின்பே வருந்து.
503. No cross, no crown.
(அ) சிலுவை இல்லையேல் மகுடமும் இல்லை.
(ஆ) துயர் இல்லையேல் முடியும் இல்லை
504. The crab that our own hands fashion is the heaviest cross of all.
தானே தனக்குத் தடையாவதே தடைகளுள் பெருந் தடை.
505. A proved man hath many crosses.
பல தடை கடந்தவன் வாழ்க்கையில் முன்னேறியவன்.
506. Crosses are ladders to heaven.
தடைகளே சொர்க்கத்தின் (இன்ப வாழ்வின்) ஏணிப்படிகள்.

CRUELTY - துன்புறுத்தல்

507. Cruelty is the strength of the wicked.
துன்புறுத்துதலே கொடியோன் வலிமை.
508. Malice hurts itself most.
கெடுவான் கேடு நினைப்பான்.
509. Cruelty deserves no mercy.
கொடியோனுக்குக் கருணை காட்டாதே.
510. He that hurts another hurts himself.
பிறன்கேடு சூழ்ந்தால் தன்கேடு தானே சூழும்.
511. He threatens many than hurts any.
வல்லாங்கு பேசினாலும் பொல்லாங்கு செய்யாதவன்.

CRY - அழுகை

512. Don't cry over spilt milk.
சிந்திய பாலுக்கு ஒப்பாரி வைக்காதே.
513. Cry all the way to the bank.
கரை சேரு மட்டும் கத்திக்கொண்டிரு.
514. To cry with one eye, and laugh with the other.
ஒரு கண்ணால் அழு, மறு கண்ணால் சிரி.

CUNNING - தந்திரம்

515. Too much cunning undoes.
     அதிகத் தந்திரம் காரியத் தடையாம்.
516.. A crafty knave needs no broker.
     தந்திர அயோக்கியனுக்குத் தரகர் தேவையா ?
517. The fox preys farthest from his home.
     கெட்டிக்காரன் பிழைக்க எட்டூர் செல்வான்.
518. If you deal with a fox, think of his tricks.
     நரியோடு பேரம் பேசத் தந்திரம் வேண்டாமா ?

CUSTOM - பழக்க வழக்கம்

519. Ancient custom has the force of law.
     பண்டைய பழக்கம் சட்டத்திற்கு நேர்.
520. Custom is the second nature.
     பழக்க வழக்கமே ஈட்டிய சுபாவம்.
521. With custom we live well, but law undo us.
     பழக்க வழக்கம் வாழ வைக்கும். சட்டம் சீர்குலைக்கும்.
522. It is a custom more honoured in the breach than the observance.
     பழக்க வழக்கத்தைக் கடைப்பிடிப்பதைவிட மீறுவதாலே அது பெயர்பெறுகிறது.

D

DANGER - ஆபத்து

523. Danger is next neighbour to security.
     ஆபத்து பாதுகாப்பின் அடுத்த வீட்டுக்காரன்.
524. Danger is never overcome with danger.
     ஆபத்தை ஆபத்தால் வெல்ல முடியாது.
525. A danger foreseen is half avoided.
     முன்னறிந்த ஆபத்து பாதி தவிர்த்தது போல்.
526. The danger past and god forgotten.
     ஆபத்து நீங்கிவிட்டால் ஆண்டவனை நினைக்கமாட்டோம்.
527. The post of honour is the post of danger.
     கௌரவப் பதவியில் ஆபத்து அதிகம்.
528. A running horse has an open grave.
     ஓடும் குதிரைக்குத் திறந்த கல்லறை.

529. If you play with fire you get burnt.
நெருப்போடு விளையாடினால் தீப்புண் ஏற்படும்.
530. He that would sail without danger, must never come on the main sea.
ஆபத்தில்லாமல் கலம் செலுத்த ஆழ் கடலுக்குச் செல்லாதே.
531. Danger makes men devout.
ஆபத்து மனிதனை பக்திமானாக்கும்.
532. There is a scorpion under every stone.
ஒவ்வொரு கல்லுக்கடியிலும் ஒவ்வொரு தேளிருக்கும்.
533. Don't go near water until you learn how to swim.
நீந்தக் கற்காமல் நீர் அருகே செல்லாதே.

DAUGHTER - மகள்

534. Marry your son when you will, your daughter when you can.
விரும்பியபோது மகனுக்கு மணம் முடி.
முடியும்போதே மகளுக்கு மணம் முடித்திடு.
535. Like mother like daughter.
தாயைப் போலப் பிள்ளை; நூலைப் போலச் சேலை.
536. Words are the daughters of earth, and things are the sons of heaven.
சொற்கள் மண்ணின் புதல்விகள். (அவை காட்டும்) பொருட்கள் விண்ணின் புதல்வர்கள்.

DAY - நாள்

537. They are not long, the days of wine and roses.
இன்பமும், களிப்பும் மிகுந்த நாட்கள் நீண்டவையல்ல.
538. What is done by night appears by day.
(அ) இரவில் செய்தது பகலில் தோன்றும் (வெளி வரும்).
(ஆ) முற்பகல் செய்யின் பிற்பகல் விளையும்.
539. The darkest day will have passed away.
இருண்ட நாளும் இனிது விடிந்திடும். எக்கவலைக்கும் முடிவுண்டு.
540. The day is short and the work is much.
நாளோ சிறிது, நடக்க வேண்டிய வேலை பெரிது.
541. Begin the day well and have no regrets.
நாளை நன்றாகத் தொடங்கினால் நாம் வருந்த வேண்டியதில்லை.
542. What a day may bring, a day may take away.
இன்று வருவது நாளை போகும்.

DEATH - மரணம்

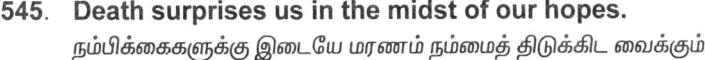

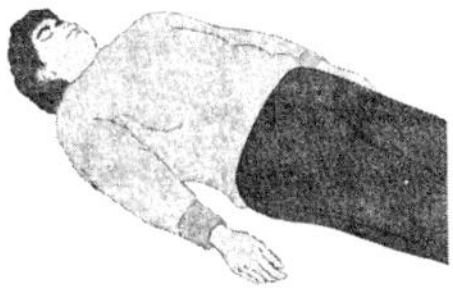

543. Death keeps no calendar.
 (அ) மரணம் நாட்காட்டி பார்க்காது.
 (ஆ) மரணத்திற்கில்லை நாளும் கோளும்.
544. Death is the end of all.
 அனைத்தின் முடிவே மரணம்.
545. Death surprises us in the midst of our hopes.
 நம்பிக்கைகளுக்கு இடையே மரணம் நம்மைத் திடுக்கிட வைக்கும்.
546. Death defies the doctor.
 மருத்துவரை எதிர்த்து நின்றிடும் மரணம்.
547. The first breath is the beginning of death.
 முதல் மூச்சே மரணத்தின் தொடக்கம்.
548. Death is sure to all.
 அனைவருக்கும் மரணம் வருவது நிச்சயம்.
549. Dead men don't bite.
 செத்த பாம்பு கடிக்காது.
550. The end maketh a good death.
 முடியும் விதம் நல்ல மரணம் காட்டிடும்.
551. Never speak ill of the dead.
 இறந்தவரை ஏசாதே.
552. We shall lie all alike in our grave.
 இடுகாட்டில் உலவும் இறவாச் சமரசம்.
553. A man can die but once.
 மனிதன் ஒருமுறை மட்டுமே சாவான்.
554. A sudden death is the best.
 திடீர்ச் சாவே நல்ல சாவு.
555. All death is sudden to the unprepared.
 ஆயத்தம் செய்யாதவனுக்கு அனைத்தும் திடீர் மரணமே.
556. Death does not blow a trumpet.
 சாவு தமுக்கடித்துக்கொண்டு வராது.
557. Death pays all debt.
 மரணம் எல்லாக் கடனையும் அடைத்திடும்.
558. Death rather frees us of ill than robs us of our good.
 மரணம் நம் நல்லதை இழக்கச்செய்வதைவிட, உண்மையில் கெட்டதிலிருந்து விடுவிக்கும்.
559. Death will hear of no excuse.
 சாவு சாக்குப்போக்கைக் கேளாது.

560. Death spares neither pope nor beggar.
     (அ) அரசனும் சாவான் ஆண்டியும் சாவான்.
     (ஆ) மரணம் யாரையும் விட்டு வைக்காது.

DEBT - கடன்

561. Debt is the worst poverty.
     வறுமையினும் கொடியது கடனே.
562. Debt is a great cobweb.
     கடன் ஒரு பெரிய சிலந்தி வலை (ஒட்டடை)
563. Borrowing is sorrowing.
     (அ) கடனை வாங்குதல் கவலையை வாங்குதலாம்.
     (ஆ) கடன்பட்டார் நெஞ்சம் கலங்கும்.
564. Once in debt, always in debt.
     (அ) ஒருமுறை கடனாளி எப்போதும் கடனாளி.
     (ஆ) ஒருமுறை கடன்பட்டால், எப்போதும் கடனாளி.
565. Neither a borrower nor a lender be.
     கடன் வாங்கவும் செய்யாதே, கொடுக்கவும் செய்யாதே.
566. Debtors are liars.
     கடன் பட்டவன் பொய் சொல்ல அஞ்சான்.

DECEIT - வஞ்சகம்

567. Deceivers have full mouths and empty hands.
     ஏமாற்றுபவனுக்கு வாய் சர்க்கரை, கை பொக்கரை.
568. Who thinks to deceive god has already deceived himself.
     கடவுளை வஞ்சிக்க நினைப்பவன் தன்னைத்தானே வஞ்சித்துக் கொண்டவன்.
569. He that once deceives, is ever suspected.
     ஒருமுறை ஏமாற்றுபவன் எப்போதும் சந்தேகிக்கப்படுவான்.
570. Trust is the mother of deceit.
     நம்பிக்கையே ஏமாற்றின் தாய்.
571. Deceiving those that trust us, is more than a sin.
     நம்பிக்கைத் துரோகி நரகம்சேர் பாவி.
572. To deceive a deceiver is no deceit.
     ஏமாற்றுபவனை ஏமாற்றுதல் ஏமாற்றன்று.

DEEDS - செயல்கள்

573. A good deed is never lost.
     நற்செயல் என்றும் நிலைத்திருக்கும் (வீண் போவதில்லை)
574. Evil deeds are like perfume difficult to hide.
     கெட்ட செயல்கள் நாற்றம் போல, மூடிமறைக்க முடியாதவை.

575. Every deed is to be judged by the doer's intention.
இலட்சியமே செயலின் அளவுகோல்.
576. Saying is one thing and doing another.
(அ) வாய் ஒன்று சொல்லும், கையொன்று செய்யும்.
(ஆ) சொல்வது வேறு, செய்வது வேறு.
577. The greatest talkers are the least doers.
கையாலாகாதவன் வாய் கிழியப் பேசுவான்.
578. Good words without deeds are rushes and reeds
செயலின்றிப் பேச்சினிமை பயன் இன்மை ஆகிவிடும்.
579. A man of words without deeds, is like a garden full of weeds.
உறுதிகள் அளித்து ஒன்றும் செய்யாதவன் புதர் மண்டிய பூங்கா.
580. Deeds will show themselves and words will pass away.
செயல்கள் தாம் நிலைக்கும், சொற்கள் மறைந்துபோகும்.
581. One never loses by doing a good turn.
நன்மை செய்வதால் நஷ்டம் ஏதும் இல்லை.
582. Words are mere bubbles of water, but deeds are drops of gold.
வார்த்தைகள் வெறும் நீர்க் குமிழ்கள்; செயல்களே தங்கத் துளிகள்.
583. By his deeds we know a man.
செயல்களே மனிதனை அடையாளம் காட்டும்.

DEFAME - அவதூறு

584. Give a dog a bad name and hang him.
அவப் பெயர் சூட்டு, தூக்கில் மாட்டு.
585. He that flings dirt at another, dirtieth himself most.
பிறர் மீது சேறு பூசுபவன் தன் மீது அதிகம் பூசிக்கொள்வான்.
586. The slanderer kills a thousand times, the assassin but once.
அவதூறு பேசுபவன் ஆயிரம் முறை கொல்வான்; கொலைகாரன் ஒருமுறைதான் கொல்வான்.
587. Throw dirt enough, and some will stick.
அதிகச் சேறு எறிந்தால்தான் ஒன்றிரண்டு ஒட்டாதிரா.

DELAY - தாமதம்

588. Tomorrow is a day that never comes.
(அ) நாளையினும் இல்லை இனிது.
(ஆ) நாளை என்பது நிச்சயமில்லை.

589. Never put off till tomorrow what you can do today.
இன்று செய்ய முடிந்ததை நாளைக்கு ஒத்திப் போடாதே.

590. One hour today is worth two tomorrow.
இன்றைய ஒரு மணி நேரம் நாளைய இரு மணிக்கு சமம்.

591. Desires are nourished by delay.
தாமதம் ஆசைகளை போஷிக்கும்.

592. Time lost cannot be recalled.
காலம் வீணானால் திரும்பக் கிடைக்காது.

593. That delay is good which makes the way safer.
தீங்கைத் தவிர்க்கும் தாமதம் நன்றே.

594. He loses his thanks who promises and delays.
உறுதியளித்துத் தாமதப்படுத்துபவன் நன்றி இழப்பான்.

595. Sooner begun, sooner done.
விரைவில் தொடங்கினால் விரைந்து முடியும்.

DEMOCRACY - ஜனநாயகம்

596. Democracy is the government of the people, by the people, and for the people.
மக்களால் மக்களுக்காக நடத்தப்படும் மக்கள் அரசாங்கமே ஜனநாயகம்.

597. The world must be made safe for democracy.
உலகம் ஜனநாயகத்தின் அரணாக்கப்பட வேண்டும்.

598. Democracy is the best form of government because it can change its masters before they become monsters.
ஆள்வோர் அரக்கராய் மாறும் முன்னர் அவர்களை மாறவல்ல ஜனநாயகமே ஆட்சியுள் சிறந்தது.

599. Democracy is a kingless regime infested with many kings.
பல மன்னர் சூழ்ந்தலைக்கும் மன்னன் இல்லா ஆட்சியே மக்கள் ஆட்சி.

600. Democracy is the worst form of Government but unfortunately we do not know better than that.
ஜனநாயகமே படுமோசமான அரசாங்கம்; துரதிருஷ்டவசமாக அதற்கு ஒரு மாற்று இன்னும் அறியவில்லையே நாம்.

DESERVE - தகுதி

601. He that blows best, bears away the horn.
நன்றாக ஊதத் தெரிந்தவனே நாயனம் ஏந்துவான்.

602. The labourer is worthy of his hire.
கொடுக்கும் கூலிக்கு ஏற்ற வேலையாள்.

603. After you fling, watch for the sting.
வேகமாய் ஓடினால் மூச்சிறைக்காதா ?

604. **A good dog deserves a good bone.**
எலும்பு ஒடியப் பணி செய்தால் பல் ஒடியத் தின்னலாம்.

605. **He that serves well need not ask for his wages.**
ஊக்கத்தோடு உழைத்தால் ஆக்கம் தேடிவரும்.

DESIRE - விருப்பம்

606. **We soon receive what we desire.**
விரும்பியது விரைவில் கிட்டும்.

607. **First deserve then desire.**
முதலில் தகுதி பெறு, பின்னர் விரும்பு.

608. **First desire then acquire.**
முதலில் விரும்பு, பின்னர் அடை.

609. **The winds are left behind in the speed of desire.**
ஆசையின் வேகம் அனைத்தையும் பின் தள்ளும்.

610. **He who desires nothing will be free.**
ஆசைப்படாதவன் அல்லல்பட மாட்டான்.

DESPAIR - துயரம்

611. **Despair doubles our strength.**
துயரம் வலிமையை இரட்டிப்பாக்கும்.

612. **Despair gives courage to a coward.**
கோழைக்குத் துயரம் வீரம் ஊட்டும்.

613. **Love builds a heaven in hell's despair.**
நரகத் துயரையும் அன்பால் ஆனந்தப்படுத்தலாம்.

614. **Despair ruins some, presumption many.**
துயரம் சிலரைக் கெடுக்கும்; ஊகம் பலரைக் கெடுக்கும்.

DEVIL - பேய்

615. **Give the devil its due.**
பேயின் பங்கைப் பேய்க்குக் கொடு.

616. **Think of the devil and he is there.**
பேயை நினைத்த மாத்திரத்தில் வரும்.

617. **The devil can cite scriptures for his purpose.**
தன் நோக்கம் நிறைவேறச் சாத்தான் கூடச் சாத்திரம் பேசுவான்.

618. **Devil cannot come in devil's house.**
பேயின் வீட்டில் பேய் வராது.

619. **No man means evil but the devil.**
பேய்க் குணம் கொண்டவனே தீயதை நினைப்பான்.

619A. **Give authority to the devil and reap trouble.**
பேய் ஆட்சி செய்தால் பிணம் தின்னும் சாத்திரங்கள்.

DIFFERENCES - வேற்றுமைகள்

620. So many men so many opinions.
     மனிதர் பலராயின் கருத்துப் பலவாம்.
621. Every one to his taste.
     அவனவனுக்கு அவனவன் ருசி.
622. If one will not, another will.
     ஒருவன் விரும்பாததை மற்றவன் விரும்புவான்.
623. There are more ways to the wood than one.
     ஒரு ஊருக்குப் போகப் பல வழி உண்டு.
624. There are many ways to kill a dog than hanging it.
     ஆகாதவனை அழித்திட ஆயிரம் முறையுண்டு.
625. It takes all sorts to make a world.
     (அ) ஓர் உலகைப் படைக்க அனைத்து வகைகளும் தேவை.
     (ஆ) நல்லது - கெட்டது நாலும் சேர்ந்தது இந்த நானிலம்.
626. Every couple is not a pair.
     ஒவ்வொரு தம்பதியும் ஜோடியாகாது.
627. You can't please everyone.
     எல்லோரையும் திருப்திப்படுத்திட முடியுமா ?
628. Every shoe fits not every foot.
     ஒவ்வொரு காலுக்கும் ஒவ்வொரு காலணி.
629. If minds were alike goods would age in the shop.
     மனங்கள் ஒரேமாதிரியானால் வகைகள் விலைபோகா.

DILIGENCE - முயற்சி

630. No pain, no gain.
     (அ) கஷ்டம் இன்றேல் நஷ்டம்.
     (ஆ) வலியின்றி வசதியும் வருமானமும் வருமா ?

631. No sweet without sweat.
     வியர்வை சிந்தாமல் இன்பம் இல்லை.
632. A little labour, much health.
     உழைப்பே ஆரோக்கியம்.
633. For the diligent, the week has seven todays; for the slothful, seven tomorrows.
     சுறுசுறுப்பானவனுக்கு வாரத்தில் இன்றே ஏழு நாள்; சோம்பேறிக்கு ஏழு நாளும் நாளையே.
634. Keep your shop and the shop will keep you.
     கடையை நடத்தினால் கடை உன்னை நடத்தும்.
635. Diligence is a great teacher.
     உழைப்பைப் போல் ஓர் ஆசான் இல்லை.

636. Diligence makes an expert workman.
     உழைப்பும் ஊக்கமும் உண்டாக்கும் திறமையை.
637. Care and diligence bring luck.
     கவனமும், முயற்சியும் அதிர்ஷ்டத்தைக் கொண்டுவரும்.
638. Diligence is the mother of good fortune.
     உழைப்பே அதிர்ஷ்டத்தின் தாய்.
639. No bees, no honey; no work, no money.
     தேனீ இல்லையேல் தேன் இல்லை; வேலை இல்லையேல் பணம் இல்லை.

DISCIPLINE - ஒழுங்கு

640. He that corrrects not small faults, will not control great ones.
     சிறு தவறுகளைத் திருத்திக்கொள்ளாவிட்டால் பெருந்தவறுகளைத் தவிர்க்க முடியாது.
641. Rewards and punishments are the walls of a city.
     பரிசுகளும், தண்டனைகளும் பாதுகாப்பு அரண்கள்.
642. A boisterous horse must have a rough bridle.
     முரட்டுக் குதிரைக்கு வலுத்த கடிவாளம்.
643. Happy is he that chastens himself.
     தன்னைக் கண்டித்துக் கொள்பவன் மகிழ்ச்சியில் திளைப்பான்.
644. Rule youth well and age will rule itself.
     (அ) வாலிபத்தை நன்கு ஆண்டால் வயோதிகம் தானே ஆளும்.
     (ஆ) வாலிபத்தைக் கட்டுப்படுத்தினால் வயோதிகம் தானே கட்டுப்படும்.
645. A sleepy master makes his servant a lout.
     எஜமானன் தூங்கு மூஞ்சியானால் வேலைக்காரன் மட்டி.

DO - செய்

646. So much to do, so little done.
     செய்தது கையளவு, செய்ய வேண்டியது கடலளவு.
647. Let us do or die.
     செய் அல்லது செத்துமடி.
648. Do well and have well.
     நன்றாகச் செய்தால் நல்லது பெறலாம்.
649. Do it well that you may not do it twice.
     நன்றாகச் செய்தால் இருமுறை செய்ய வேண்டாம்.
650. Tell not all you know nor do all you can.
     தெரிந்ததை எல்லாம் சொல்லிவிடாதே; முடிந்ததை எல்லாம் செய்தும் விடாதே.

651. Do as most men do, and men will speak well of you.
ஊரோடு ஒத்து வாழ்ந்தால் ஊரார் உயர்வாய் மெச்சுவர்.

DOG - நாய்

652. Every dog has his day.
யானைக்கு ஒரு காலம் வந்தால் பூனைக்கும் ஒரு காலம் வரும்.
653. A barking dog seldom bites.
குரைக்கிற நாய் கடிக்காது. 
654. Let the sleeping dog lie.
(அ) உறங்கும் நாய் உறங்கட்டும்.
(ஆ) தூங்குகிற போக்கிரி தூங்கட்டும்.
655. Let dogs delight to bark and bite.
குரைத்துக் கடித்து மகிழ்ந்திட நாயை அவிழ்த்துவிடு.
656. Dogs that pursue many hares kill none.
பல பறவைகளுக்குக் குறி வைப்பவன் ஒன்றையும் வீழ்த்தமாட்டான்.
657. Teaching an old dog new tricks.
கிழ நாய்க்குப் புதிய தந்திரம் கற்பிப்பது போல.

DOUBT - சந்தேகம்

658. Let us never doubt what nobody is sure about.
ஒருவருக்கும் நிச்சயமாய்த் தெரியாததை சந்தேகப்படாதே.
659. Our doubts are tractors.
நம் சந்தேகங்களே நம்மை இழுத்துச் செல்லும்.
660. Who knows most, doubts not.
அதிகம் தெரிந்தவர் சந்தேகப்படார்.
661. Doubt destroys deed.
(அ) சந்தேகம் செயலை அழிக்கும்.
(ஆ) ஐயம் மெய்யை அழிக்கும்.

DRESS - உடை

662. Good clothes open all doors.
(அ) நல்ல ஆடைகள் எல்லாக் கதவுகளையும் திறந்திடும்.
(ஆ) மேலாடை இல்லாமல் மேதினியோர் மதியார்.
663. Fine feathers make fine birds.
அழகிய உடை உடுத்தால் அழகனாகலாம்.
664. The present fashion is always handsome.
தற்போதைய நவநாகரிகம் எப்போதும் அழகே.

665. **One who dresses to impress seldom impresses.**
மனதில் பதிய வேண்டும் என உடை உடுப்பவள் மனதில் பதியாமலே போய்விடுவாள்.

666. **Style is the dress of thought.**
பாணியே எண்ணத்தின் உடை.

DRINK - குடி

667. **Eat at pleasure, drink by measure.**
விரும்பியபடி சாப்பிடு, அளவாகக் குடி.

668. **He who drinks a little too much drinks much too much.**
(அ) அளவுக்குச் சற்று அதிகம் குடிப்பவன் அளவுக்கு மீறிக் குடித்தவனாவான்.
(ஆ) மொந்தைக் குடியன் மொடாக் குடியனாகி விடுவான்.

669. **Drunkards and fools cannot lie.**
(அ) சாராயத்தை ஊற்றிப் பூராயத்தைக் கேள்.
(ஆ) குடிகாரனும், முட்டாளும் பொய் பேச முடியாது.

670. **What soberness conceals, drunkenness reveals.**
விவேகம் மறைப்பதை குடிபோதை வெளிப்படுத்தும்.

671. **Drunken folk seldom take harm.**
குடிகாரனுக்குப் பொல்லாப்புப் புரியாது.

672. **When wine sinks, words swim.**
போதையில் மூழ்கினால் வார்த்தைகள் நீந்தும்.

673. **Let but the drunkard alone, and he will fall off himself.**
குடிகாரனைத் தனியே விட்டால் தள்ளாடித் தானே விழுவான்.

674. **Do not drink between meals.**
சாப்பாட்டிற்கு இடையே குடிக்காதே.

675. **Wine and wealth change wise men's manners.**
குடியும், செல்வமும் புத்திசாலியின் நடத்தையை மாற்றும்.

676. **There is trust in wine.**
மதுவில் நம்பிக்கை உள்ளது

DROP - துளி

677. **Little drops of water make the mighty ocean.**
சிறு துளி பெருவெள்ளம்.

678. **A drop in the ocean.**
கடலில் விழுந்த மழைத்துளி போல.

679. **The last drop makes the pot overflow.**
கடைசித் துளியில் பானை நிரம்பி வழியும்.

4

E

EAR - காது

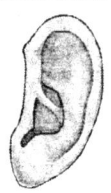

680. Give every man thine ear, but few thy voice.
(அ) எல்லோரிடமும் கேள், சிலருக்கு மட்டும் கூறு.
(ஆ) சொல்வதினும் கேட்டல் நன்று.

681. Kings have many ears and many eyes.
மண்ணாள்வோனுக்கு வேண்டும் ஆயிரம் காதும், கண்ணும்.

682. Hungry bellies have no ears.
(அ) பசித்தவன் உபதேசம் கேட்கமாட்டான்.
(ஆ) பசி வந்திடப் பத்தும் பறந்து போம்.

683. Where more is meant, that meets the ear.
அத்துமீறி அதிகமானால் அனைவர் செவிக்கும் எட்டும்.

EAT - உண்ணுதல்

684. The way to an Englishman's heart is through his stomach.
ஆங்கிலேயன் மனதில் இடம்பிடிக்க அறுசுவை உண்டி படை..

685. When meat is in, anger is cut.
பசி ஆறினால் கோபம் மாறும்.

685A. Sweet things are bad for the teeth.
இனிய பண்டங்கள் பல்லுக்கு எதிரி.

686. Feed by measure and defy the physician.
அளவறிந்து உண்டால் ஆரோக்கியமாய் வாழலாம்.

687. He that eats least, eats more.
அற்ப உண்டியனே அதிகம் உண்பவன்.

688. Rest a while after dinner, walk a mile after supper.
மதிய உணவின் பின் சற்று ஓய்வுகொள்; இரவு உண்டபின் ஒரு கல் நட..

689. Help you to salt, help you to sorrow.
(அ) உப்பதிகம் உண்டால் துயரதிகம் உண்டாம்.
(ஆ) உப்புத் தின்னவன் தண்ணீர் குடிப்பான்.

690. Tell me what you eat, and I will tell you what you are.
உண்ணுவதை வைத்து உடையவர் யார் என்று கூறிவிடலாம்.

691. An army marches on its stomach.
ஒரு சாண் வயிறு இல்லாவிட்டால் உலகத்தில் போர் இல்லை.

692. The proof of the pudding is in the eating.
உண்டு பார்த்தால்தான் உணவின் சுவை தெரியும்.

693. All things require skill but an appetite.
பசி அறியாது ருசி.

EDUCATION - கல்வி

694. **Never too late to learn.**
கற்பதற்கு வயதில்லை (கால எல்லை இல்லை).
695. **Knowledge has bitter roots but sweet fruits.**
கற்கையில் கசப்பு; கற்றபின் இனிப்பு.
696. **There is no royal road to learning.**
கல்விக்கு ராஜபாட்டை கிடையாது. (கஷ்டப்பட்டால்தான் கற்க முடியும்.)
697. **Education polishes good nature and corrects bad ones.**
தீய பண்பைத் திருத்திடும் கல்வி, நல்ல பண்பைப் பொலிவுறச் செய்யும்.
698. **Learn not and know not.**
கற்காதவன் அறியாதவன்.
699. **Education is the transmission of civilization.**
கல்வியால் பரவும் நாகரிகம்.
700. **Nothing so much worth as a mind well educated.**
கல் மனம் போல் பொல்லாப்பில்லை; கற்ற மனம்போல் நற்பேறில்லை.
701. **Education is the chief defence of a nation.**
கல்வியே நாட்டின் முதல் அரண்.

END - முடிவு

702. **All good things must come to an end.**
நல்லன யாவும் கூட ஒரு முடிவுக்கு வந்தே தீரும்.
703. **The end must justify the means.**
இலட்சியத்தை அடைவதில் நேர்மை வேண்டும்.
704. **In the end things will mend.**
போகப்போக எல்லாம் சரியாகும்.
705. **It is divinity that shapes our ends.**
முடிவு நம் கையில் இல்லை, இறைவன் கையில்.
706. **The end is where we start from.**
முடிவிலிருந்தே நாம் தொடங்குகின்றோம்.
707. **Whoever wills the end, wills also the means.**
இலட்சியம் மட்டும் போதாது, அதை நடைமுறைப்படுத்தவும் வேண்டும்.

ENDURANCE - பொறுமை

708. **Bear and forbear.**
பொறுத்திரு, காத்திரு.
709. **What can't be cured must be endured.**
போகாத வலியைப் பொறுத்துத்தான் ஆக வேண்டும்.

710. He conquers who endures.
     (அ) பொறையுடையார் வெற்றியடைவார்.
     (ஆ) பொறுத்தார் பூமியாள்வார்.
711. An ass endures his burden, but not more than his burden.
     பொறுமைக்கும் ஓர் எல்லையுண்டு.
712. The submitting to one wrong brings another.
     ஒரு தவறுக்கு அடி பணிந்தால் மற்றொன்றைக் கூட்டி வரும்.
713. Bind the sack before it be full.
     நிரம்பி வழிவதற்கு முன் கோணியைக் கட்டு.
714. When the well is full, it will run over.
     நிரம்பிய நீர் வழிந்துதான் போகும்.

ENEMY - பகைவன்

715. One enemy can do more hurt than ten friends can do goods.
     பத்து நண்பர் நன்மையைக் காட்டிலும் ஒரு பகைவன் தீங்கு பெரிது.
716. Make your enemy your friend.
     பகைவனை நட்பாக்கிக்கொள்.
717. Take heed of reconciled enemies.
     சமரசம் செய்த பகைவரிடம் கவனமாய் இரு.
718. Speak well of your friend, of your enemy say nothing.
     நண்பனைப் பற்றி நல்லன சொல், பகைவனைப் பற்றி ஏதும் சொல்லாதே.
719. Though thy enemy seems a mouse, yet watch him like a lion.
     எலி போல் தோன்றும் பகைவனையும் புலிபோல் எண்ணு.
720. Trust not a new friend nor an old enemy.
     புதிய நண்பனையும் பழைய பகைவனையும் நம்பாதே.

ENVY - பொறாமை

721. Envy never enriched a man.
     பொறாமை என்றும் மனிதனைச் செழிப்பூட்டியதில்லை.
722. Envy envies itself.
     பொறாமை தன் மீதே பொறாமைப்படும்.
723. He who envies admits his inferiority.
     பொறாமைப்படுபவன் தன் தாழ்வைத் தானே ஒப்புக்கொள்கிறான்.
724. Envy shoots at others and wounds herself.
     பிறரைச் சுட முயலும் பொறாமை தன்னையே சுட்டுக்கொள்ளும்.
725. Envy and idleness married together beget curiosity.
     பொறாமையும், சோம்பலும் மணந்தால் பெறுவது விநோதம்.

726. Nothing sharpens sight like envy.
பொறாமை பார்வையைக் கூராக்கும்.

EQUALITY - சமத்துவம்

727. A cat may look at a king.
முடிமகனும், குடிமகனும் சம மகனே.
728. All cats are grey in the dark.
எல்லாப் பெண்களும் இருட்டினில் ரதியே.
729. At a round table, there is no dispute of place.
வட்ட மேசையில் இடச் சண்டை இல்லை.
730. Human blood is all of a colour.
இரத்தம் ஒரே நிறம்.
731. The sun shines upon all alike.
(அ) சூரிய ஒளிக்கு பேதம் உண்டோ?
(ஆ) வெண்ணிலா வழங்கிடும் எல்லோர்க்கும் தண்மையை..
732. In church, in an inn and in a coffin, all men are equal.
ஆலயம், சத்திரம், சவப்பெட்டி இங்கெல்லாம் யாரே உயர்ந்தவர்? யாரே தாழ்ந்தவர்?
733. Equality is the primordial condition of liberty.
சமத்துவம் சுதந்திரத்தின் மூலத் தத்துவம்.

ERROR - தவறு

734. Error is the force that welds men together.
தவறே மனிதரைப் பற்ற வைத்திணைக்கும் சக்தி.
735. Error, like straws upon the surface flow.
தவறு யாவர் கண்ணிலும் படும்.
736. An old error is always more popular than a new truth.
புதிய உண்மையைவிடப் பழைய தவறே யாவருக்கும் தெரியும்.
737. To err is human; to forgive divine.
தவறு செய்வது மனித இயல்பு; மன்னிப்பது தெய்வீகம்.
738. Omissions and commissions excepted (E. & O.E.).
விடுபட்டவையும், செய்த பிழைகளும் நீங்கலாக.

EVIL - கேடு

739. Evil begets evil.
(அ) வினை விதைத்தவன் வினை அறுப்பான்.
(ஆ) கேடு பயக்கும் கேடு.
740. Evil be to him who evil thinks.
கெடுவான் கேடு நினைப்பான்.

741. Money is the root of all evils.
எல்லாக் கேடுகளின் மூலமும் பணமே.
742. The evil that men do lives after them.
(அ) தான் மடிந்தாலும் தான் செய்த கேடு மறையாது.
(ஆ) தான் போன பின்பும் தன் கேடு நிற்கும்.
743. Of the two evils the less is always to be chosen.
இரு தீமைகளில் குறைந்ததைத் தேர்ந்தெடு.
744. Evil news rides fast, while good news waits.
கெட்ட செய்தி விரைந்து ஓடும், நல்ல செய்தி பின் தங்கும்.

EXAMPLE - உதாரணம்

745. Do as you would be done by.
உனக்கு செய்யப்பட விரும்புவதைப் போலவே நீ பிறருக்குச் செய்.
746. Do unto others as you would they should do unto you.
உனக்கு மற்றவர்கள் எதைச் செய்ய வேண்டுமென்று நினைக்கிறாயோ அதை மற்றவருக்குச் செய்.
747. Law makers should not be law breakers.
சட்டத்தைச் செய்வோன் அதனை மீறக் கூடாது.
748. A good example is the best sermon.
(அ) நல்ல உதாரணமே சிறந்த புத்திமதி.
(ஆ) உதாரணமாய் நடப்பதே சிறந்த போதனை.
749. Do as I say, not as I do.
சொன்னபடி செய், நான் செய்தபடி செய்யாதே.
750. Example is better than precept.
முன்னுதாரணமே உபதேசத்தைவிட மேலானது.
751. Precepts may lead but examples draw.
உபதேசம் வழிகாட்டலாம்; ஆனால் முன்னுதாரணம் நடத்திச் செல்லும்.

EXPERIENCE - அனுபவம்

752. Once bitten, twice shy.
ஒருமுறை கடிபட்டால் இருமடங்கு அச்சம்.
753. Though the wound be healed, yet a scar remains.
காயம் ஆறினாலும் தழும்பு நிற்கும்.
754. Experience is the best teacher.
அனுபவமே அருமையான ஆசான்.
755. Experience without learning is better than learning without experience.
கல்வியில்லாத அனுபவம், அனுபவம் இல்லாத கல்வியைவிட மேல்.
756. Experience teaches slowly, and at the cost of mistakes.
அனுபவம் பிழைகளைச் செய்தபின் மெதுவாகக் கற்பிக்கிறது.

757. It is good to learn at other men's cost.
மற்றவர்கள் தவறுகண்டு தான் கற்பதே நல்லது.
758. In doing we learn.
செய்வதில் நாம் கற்கிறோம்.
759. Experience is the mother of wisdom.
அனுபவமே அறிவின் தாய்.

EYES - கண்கள்

760. The eyes have one language everywhere.
எங்கு சென்றாலும் நயன பாஷை ஒன்றே.
761. Seeing is believing.
காண்பது நம்புவதற்கு சமம்.
762. One eyewitness is better than two hearsays.
கேட்டதைச் சொல்லும் இரு சாட்சிகளை விட கண்ணால் பார்த்த ஒரு சாட்சி மேல்.
763. The eyes are the window of the soul.
ஆன்மாவின் சாளரமே கண்கள்.
764. The eyes believe themselves, the ears believe others.
கண்கள் தம்மையே நம்புகின்றன; காதுகள் பிறரை நம்புகின்றன.
765. What the eye sees not, the heart craves not.
கண்ணால் காணாததற்கு இதயம் ஏங்காது.

F

FACE - முகம்

766. Face is the index of the mind.
அகத்தின் அழகு முகத்தில் தெரியும்.
767. A pretty face is a fortune.
அழகிய முகம் ஓர் அதிர்ஷ்டம்.
768. A beautiful face is a letter of recommendation.
அழகிய முகமே ஒரு சிபாரிசுக் கடிதம் தான்.
769. Private faces in public places are wiser and nicer than public faces in private places.
அறியா முகங்கள் பொது இடங்களில் அழகானவை அறிவுடையவை. அறிந்த முகங்கள் தனி இடங்களில் அப்படி இல்லை.

FAIR - அழகு

770. None but the brave deserve the fair.
அழகியை அடையும் தகுதி வீரனைத் தவிர வேறு யாருக்குண்டு?
771. A fair face but a foul heart.
அழகிய முகம் ஆனால் அழுகிய உள்ளம்.
772. A fair wife and a frontier castle breed quarrel.
எல்லைப்புறக் கோட்டையும் அழகிய மனைவியும் சண்டையை உண்டாக்கும்.
773. A fair face may be a foul bargain.
அழகிய முகமும் அழுகல் பேரமாகும்.

FAITH - நம்பிக்கை

774. Faith is the force of life.
நம்பிக்கையே வாழ்க்கையின் உந்து சக்தி.
775. Faith is the continuation of reason.
பகுத்தறிவின் நீட்சியே நம்பிக்கை.
776. The just should live by faith.
நேர்மையானவர் நம்பிக்கையால் வாழ்வர்.
777. Learn to win a lady's faith.
ஒரு பெண்ணின் நம்பிக்கையைப் பெறக் கற்றுக்கொள்.
778. Faith without work is dead.
விசுவாசமற்ற வேலையே மரணத்திற்கு சமம்.
779. Faith is the substance of things hoped for, the evidence of things not seen.
காணாப் பொருளின் சான்றாகவும் கருதிய பொருளின் உயிராகவும் இருப்பது நம்பிக்கை.
780. We walk by faith, not by sight.
நாம் நடப்பது நம்பிக்கையால்; பார்வையால் அன்று.
781. Faith is the pencil of the soul that pictures heavenly things.
நம்பிக்கை சொர்க்கத்தைத் தீட்டும் ஆன்மாவின் தூரிகை.

FALL - வீழ்ச்சி

782. Pride goes before a fall.
வீழ்ச்சி வரும் பின்னே, கர்வம் வரும் முன்னே.
783. He that falls today may rise tomorrow.
(அ) இன்று வீழ்பவன் நாளை எழுவான்.
(ஆ) இன்று தோற்றவன் நாளை ஜெயிப்பான்.

784. Look high and fall low.
உயர்வாகப் பார், தாழ்வாக வீழ்.
785. United we stand, divided we fall.
ஒன்று பட்டால் உண்டு வாழ்வே; ஒற்றுமை நீங்கின் அனைவர்க்கும் தாழ்வே.
786. We fall to rise, are baffled to fight better, sleep to wake.
எழுவதற்கே வீழ்கிறோம், மேலும் நன்றாக முயலவே தோல்வியடைகிறோம், விழிக்கவே உறங்குகிறோம்.

FAME - புகழ்

787. Good fame is better than good face.
நல்ல முகத்தை விட நல்ல புகழே மேல்.
788. Fame is the thin shadow of eternity.
இறவாமையின் மெல்லிய நிழலே புகழ்.
789. Any publicity is good publicity.
எந்தப் பிரசாரமும் நல்ல பிரசாரமே.
790. There are many ways to fame.
புகழ் அடையப் பல வழியுண்டு.
791. A good name is better than riches.
(அ) செல்வத்தைவிட உயர்ந்தது புகழே.
(ஆ) இசைபட வாழ்தலின் ஊதியமில்லை.
792. Fame is a magnifying glass.
புகழ் ஒரு பூதக் கண்ணாடி.
793. Fame is not popularity.
மக்கள் ஆதரவு புகழாகாது.
794. Fame is the perfume of heroic deeds.
வீரச் செயல்கள் வீசும் நறுமணமே புகழ்.
795. Fame is proof that people are gullible.
மக்கள் ஏமாளிகள் என்பதற்குப் புகழே சான்று.
796. Give thy life for fame.
புகழெனின் உயிரையும் கொடு.

FAMILIARITY - பழக்கம்

797. Familiarity breeds contempt.
பழகப் பழகப் பாலும் புளிக்கும்.
798. No man gears what he has seen grow.
வளர்வதைக் காண்பவன் வருந்தி உழையான்.
799. Goods that are much on show lose their colour.
மலியும் பொருள்களுக்கு மவுசு குறையும்.

800. **Respect is greater from a distance.**
   (அ) பழகப் பழக மரியாதை குறையும்.
   (ஆ) பழகாதவரிடம் மதிப்பு மாறும்.
   (இ) பழகாதவனிடம் "வாங்க போங்க;" பழகியவனிடம் "வாடா போடா."
801. **Those near the temple deride the gods.**
   (அ) கோயில் பூனை தேவருக்கு அஞ்சாது.
   (ஆ) கோயிலருகே இருப்போர் கடவுளைக் கேலி செய்வர்.

FAMILY - குடும்பம்

802. **Family is more sacred than the state.**
   நாட்டை விடக் குடும்பம் புனிதமானது.
803. **A happy family is an earlier heaven.**
   சந்தோஷமான குடும்பமே தரணியில் சொர்க்கம்.

804. **Blood is thicker than water.**
   தான் ஆடாவிட்டாலும் தன் சதை ஆடும்.
805. **The family that prays together stays together.**
   ஒன்றாக வழிபடும் குடும்பம் ஒரு நாளும் பிரியாது.
806. **There is a black sheep in every flock.**
   (அ) ஒவ்வொரு மந்தையிலும் கறுப்பாடு ஒன்று உண்டு.
   (ஆ) ஒவ்வொரு குடும்பத்திலும் ஒழுங்கீனன் இருப்பான்.
807. **Walnut and pears you plant for your heirs.**
   சந்ததி பயன்பெற சால விருட்சம் நடுவோம்.
808. **All happy families resemble one another, each unhappy family is unhappy in its one's way.**
   சந்தோஷமான குடும்பங்கள் ஒன்றுபோல இருக்கும். சந்தோஷம் இல்லாவிட்டால் வேறுவேறாய் இருக்கும்.
809. **None but a mule denies his family.**
   கோவேறு கழுதையே குடும்பத்தை மறுக்கும்.
810. **Fate chooses your relations, you choose your friends.**
   விதி தேர்வது உறவு; நாம் தேர்வது நட்பு.
811. **A small family is soon provided for.**
   சிறிய குடும்பமே செல்வக் குடும்பம்.

FATHER - தந்தை

812. **The child is the father of man.**
   இன்றையக் குழந்தையே நாளைய மனிதனின் தந்தை.
813. **Like father, like son.**
   தந்தை போல மகன்.

814. It is a wise father that knows his child.
தன் குழந்தையை தான் அறிபவன் அறிவாளி.
815. A father loves his children in hating their faults.
தவறுகளைக் கண்டிக்கும் தந்தையே குழந்தைகளை நேசிப்பான்.
816. A father maintains ten children better than ten children one father.
ஒரு தந்தை பத்துக் குழந்தைகளைப் பேணும் அளவுக்குப் பத்துக் குழந்தைகள் ஒரு தந்தையைப் பேண முடியாது.
817. From the father comes honour, from the mother comfort.
தந்தையிடமிருந்து மதிப்பு வரும்; தாயிடமிருந்து வசதி வரும்.
818. No advice like a father's.
தந்தை சொல்மிக்க மந்திரம் இல்லை.
819. The father a saint, the son a devil.
தந்தை சாது, மகன் போக்கிரி.
820. The father's virtue is the childs' best inheritance.
தந்தையின் நற்குணமே பிள்ளையின் சொத்து.
821. We think our fathers fools, so wise we grow, our wiser sons will think us so.
(அ) நம் தந்தையரை நாம் முட்டாள்கள் என நினைத்தால், நம் மகன்கள் நம்மை முட்டாள்கள் என நினைப்பர்..
(ஆ) தந்தையை நாம் மதிப்பது போல மகன் நம்மை மதிப்பான்.

FAULT - தவறு

822. A fault confessed is half redressed.
ஒப்புக்கொள்ளப்பட்ட தவறு, பாதி பரிகாரமாகும்.
823. Faults are thick where love is thin.
(அ) வேண்டாத பெண்டாட்டி கைபட்டால் குற்றம், கால் பட்டால் குற்றம்.
(ஆ) அன்பு நலிந்தால் தவறு தடிக்கும்.
824. Be to her virtues very kind, to her faults a little blind.
(அ) குற்றம் பார்க்கில் சுற்றம் இல்லை.
(ஆ) பண்புகளைப் பாராட்டு; தவறுகளைக் கண்டுகொள்ளாதே.
825. He that commits faults thinks everyone speaks of it.
குற்றம் செய்த நெஞ்சு குறுகுறுக்கும்.
826. Great men have great defects.
பெரிய மனிதர்களின் குறைகளும் பெரிதே.

FEAR - அச்சம்

827. All fear is bondage.
அச்சம் அனைத்தும் தளையே.

828. Fear has a quick ear.
 அச்சத்தில் காதுகள் கூர்மையானவை.
829. There is no medicine for fear.
 அச்சத்திற்கு மருந்தில்லை.
830. Riches bring care and fear.
 செல்வம், கவலையும் அச்சமும் கொண்டுவரும்.
831. He that fears death lives not.
 சாவுக்கு அஞ்சுபவன் வாழான்.
832. Early and provident fear is the mother of safety.
 முன் உணர்வான அச்சமே பாதுகாப்பின் தாய்.
833. He that is down needs no fear to fall.
 கீழே இருப்போன் வீழ்ந்துவிடுவோம் என பயப்பட வேண்டாம்.
834. The fear of the Lord is the beginning of knowledge.
 இறைவனுக்கு அஞ்சுதலே அறிவின் தொடக்கம்.
835. Fear is the tax that conscience pays to guilt.
 மனச்சான்று தன் தவற்றுக்குச் செலுத்தும் வரியே அச்சம்.

FIND - காணல்

836. To strive, to seek, to find and not to yield.
 முயல், தேடு, காண், பணியாதே.
837. He that hides can find.
 மறைத்து வைப்பவன் கண்டுபிடிப்பான்.
838. There is no art to find mind's construction in the face.
 மனம் நினைப்பதை முகத்தில் காணும் கலை அரிது.

FIRE - தீ

839. No smoke without fire.
 நெருப்பின்றிப் புகையாது.
840. Make no fire, raise no smoke.
 பற்ற வைக்காவிட்டால் புகை எழாது.
841. All the fat's in the fire.
 கொழுப்பு எல்லாம் அக்னியில் ஆகுதியாகும்.
842. Fire is good for the fireside.
 அடுப்புக்கு நெருப்பு நல்லது.

FIRST - முதல்

843. First come, first served.
 முந்தி வந்தவனுக்கு முதலில் சோறு.
844. Ladies first.
 பெண்களுக்கு முதல் இடம்.

845. First thing first.
முதன்மையானதற்கு முதலிடம் கொடு.
846. First think and then speak.
முதலில் சிந்தி, பிறகு பேசு.
847. First try and then trust.
முதலில் சோதி, பின்னர் நம்பு.
848. First impression is the best impression.
முதல் அபிப்பிராயமே சிறந்த அபிப்பிராயம்.
849. First to the dining table, last to the battle field.
பந்திக்கு முந்து, படைக்குப் பிந்து.

FISH - மீன்

850. Like a fish out of water.
(அ) தரையில் தவிக்கும் மீன் போல.
(ஆ) நீருக்கு வெளியே உள்ள மீன் போல.

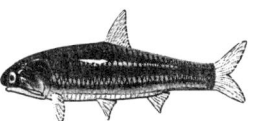

851. To fish in troubled waters.
வெந்த புண்ணில் வேல் பாய்ச்சு.
852. You must lose a fly to catch a fish.
(அ) புழுவைப் போட்டால்தான் மீனைப்பிடிக்க முடியும்.
(ஆ) கெண்டையைப் போட்டு விராலைப் பிடி.
853. Fish follows the bait.
(அ) மீன் எப்பொழுதும் தூண்டில் பின்தான் செல்லும்.
(ஆ) தூண்டிற் பொன்னையே மீன் விழுங்கும்.
854. When the fish is caught, the net is laid aside.
(அ) மீன் பிடித்த பின் வலைக்கு என்ன வேலை?
(ஆ) காரியம் முடிந்தபின் கவனிப்பார் இல்லை.

FLATTERY - முகஸ்துதி

855. Imitation is the sincerest form of flattery.
போலியே முகத்துதியின் மெய்யான உருவம்.
856. One complimentary letter asks another.
ஒரு பாராட்டுக் கடிதம் இன்னொன்றையும் கேட்கும்.
857. No foe to a flatterer.
முகத்துதி செய்பவனுக்கு விரோதிகள் இல்லை.
858. Flattery sits in the parlour, when plain-speaking is kicked out of doors.
வெறும் பேச்சு வீசி எறியப்படும், முகத்துதி சிம்மாசனத்தில் அமர்த்தப்படும்.
859. It is easy to flatter but hard to please.
முகத்துதி செய்வது எளிது, திருப்திப்படுத்துதல் கடினம்.

860. Beware of one who flatters unduly, he will also abuse unjustly.

அளவுமீறி முகத்துதி செய்பவன் அநியாயமாய்க் கண்டனமும் செய்வான்.

861. Flattery is the food of fools.

முட்டாள்களின் உணவு முகத்துதியே.

FLOWER - பூ

862. One flower makes no garland.

(அ) ஒரு மலர் மாலையாகாது.

(ஆ) தனிமரம் தோப்பாகாது.

863. Say it with flowers.

மலருடன் கூறு

864. Gather the flowers, but spare the buds.

மலர்களைச் சேகரி. மொட்டுகளை விட்டுவிடு.

865. Flowers are words, which even a baby may understand.

மலர்கள் வார்த்தைகள்; குழந்தைக்குக் கூடப் புரியும் வார்த்தைகள்.

866. Let a thousand flowers bloom.

ஆயிரம் பூக்கள் மலரட்டும்.

867. He who hunts for flowers will find flowers.

மலர்களைத் தேடினால் மலர்களைக் காண்பான்.

FOLLY - முட்டாள்தனம்

868. It is folly to drown on dry land.

உலர்ந்த நிலத்தில் மூழ்குவது முட்டாள்தனம்.

869. It is folly to sing twice to a deaf man.

செவிடன் காதில் சங்கூதுவது முட்டாள்தனம்.

870. It is well to profit by the folly of others.

மற்றவர் முட்டாள்தனத்தில் ஆதாயம் தேடு.

871. Love of wit makes no man rich.

(அ) சரஸ்வதி இருக்குமிடத்தில் லக்ஷ்மி இருந்திடாள்.

(ஆ) மதி மீது காதல் நிதி தராது.

872. Mere wishes are silly fishes.

ஆசைகள் முட்டாள்தனமானவை.

873. Nothing passes between asses; but kicks.

கழுதைகளுக்கு இடையே உதைகளைத் தவிர வேறென்ன நிகழும்?

874. The malady that is most incurable is folly.

(அ) முட்டாள்தனம் ஒரு தீராத நோய்.

(ஆ) முட்டாள்தனத்தைப்போல் தீராத நோய் இல்லை.

875. **The shortest follies are the best.**
 குறுகிய கால முட்டாள்தனம் சாலச் சிறந்தது.
876. **To counsel and disregard his own safety is folly.**
 பாதுகாப்புக்கு அறிவுரை கூறி, சுய பாதுகாப்பை அசட்டை செய்வது முட்டாள்தனம்.
877. **To dig a well to put out a house on fire.**
 எரியும் வீட்டை அணைக்கக் கிணறு தோண்டுவது போல.

FOOL - முட்டாள்

878. **A fool and his money are soon parted.**
 முட்டாளின் பணம் விரைவில் அவனைப் பிரிந்து விடும்.
879. **A fool at forty is a fool indeed.**
 நாற்பது வயதிலும் முட்டாள் உண்மையாகவே முட்டாள்தான்.
880. **A fool brings a staff to beat his own head.**
 முட்டாள் தன் மண்டையை உடைத்துக்கொள்ளத் தானே தடி எடுப்பான்.
881. **A fool can dance without a fiddle.**
 பாட்டில்லாமல் கூத்தாடுபவனே முட்டாள்.
882. **A fool fights with his own shadow.**
 தன் நிழலோடு தானே சண்டையிடுவான் முட்டாள்.
883. **A fool if he holds his tongue passes for wise.**
 முட்டாளும் மௌனியானால் அறிவாளி.
884. **A fool's bolt is soon hot.**
 முட்டாள் பிடித்த சட்டி விரைவில் சூடாகும்.
885. **A mad man and a fool are no witnesses.**
 பைத்தியமும், முட்டாளும் சாட்சியாக மாட்டார்கள்.
886. **A pointless saying is a fool's doing.**
 அர்த்தமற்ற பேச்சே அடிமுட்டாள் பேச்சு.
887. **A wise man thinks all that he says, a fool says all that he thinks.**
 சொல்வதையெல்லாம் யோசித்துச் சொல்பவன் புத்திசாலி; நினைத்ததை எல்லாம் சொல்பவன் முட்டாள்.
888. **Advice to a fool goes in one ear and comes out of the other.**
 முட்டாளுக்கு வழங்கப்படும் அறிவுரை ஒரு காதில் நுழைந்து மறு காதில் வெளியே வந்துவிடும்.
889. **All the fools are not dead yet.**
 (அ) முட்டாள்கள் இன்றும் இருந்துகொண்டுதான் இருக்கிறார்கள்.
 (ஆ) முட்டாள்கள் முற்றிலும் மடிந்து விடவில்லை.

890. As ass let him be who brays at an ass.
(அ) கழுதையைப் பார்த்துக் கத்துபவன் கழுதையாவான்.
(ஆ) நாய் குரைத்தால் தானும் குரைப்பவன் முட்டாள்.
891. An easy fool is a knave's tool.
எளிதில் முட்டாளாகுபவன் அயோக்கியனின் கருவி.
892. Better to weep with a wise man than to laugh with a fool.
முட்டாளுடன் சேர்ந்து சிரிப்பதைவிட அறிவாளியுடன் சேர்ந்து அழுவது மேல்.
893. Empty vessels make the most noise.
குறை குடம் கூத்தாடும்.
894. Children and fools tell the truth.
குழந்தையும், முட்டாளும் உண்மை விளம்பிகள்.
895. Fools for luck.
முட்டாளுக்கே அதிர்ஷ்டம் அடிக்கும்.
896. Fools rush in where angles fear to tread.
தேவதை அடியெடுத்து வைக்க அஞ்சுமிடத்தில் முட்டாள் வேகமாக நுழைவான்.
897. Forbid a fool a thing and that he'll do.
செய்யாதே என்பதை முதலில் செய்வான் முட்டாள்.
898. Knaves and fools divide the world.
உலகில் முட்டாள்கள் பாதி, அயோக்கியர்கள் மீதி.
899. None but a fool will tell distasteful truth.
அருவருப்பான உண்மையை அடிமுட்டாளைத் தவிர யாரும் கூற மாட்டார்கள்.
900. Send a fool to the market and a fool he will return.
முட்டாளைக் கடை வீதிக்கு அனுப்பினால் முட்டாளாகவே திரும்புவான்.
901. A fool fools others.
முட்டாள் மற்றவர்களையும் முட்டாளாக்குவான்.
902. A fool's sermon gives no solution.
முட்டாள்களின் உபதேசம் முக்தி தராது.

FORESIGHT - முன்னறிவு

903. Look before you leap.
ஆழம் தெரியாமல் காலை விடாதே.
904. Prevention is better than cure.
(அ) வந்தபின் தீர்வு காண்பதை விட வராமல் தடுப்பதே மேல்.
(ஆ) நோய் வருமுன் காப்பதே தீர்ப்பதிலும் மேல்.
905. Forewarned is forearmed.
முன்னெச்சரிக்கை ஒரு பாதுகாப்புக் கவசம்.

906. He is wise who looks ahead.
வருமுன் அறிபவன் புத்திசாலி.

907. In fair weather prepare for foul.
மழைக்கு முன் குடையைச் சீர் செய்.

908. Provide for the worst, the best will save itself.
மோசமான நிலைமைக்குத் தயாராகு; நல்ல நிலை தானே தன்னைக் காத்துக்கொள்ளும்.

909. Dig a well before you are thirsty.
தாகம் வரும் முன் கிணறு வெட்டி விடு.

910. Thatch your roof before the rain begins.
மழை தொடங்குமுன்னே ஓட்டையை அடை.

FORGET - மறந்துவிடுதல்

911. Good to forgive, best to forget.
மன்னிப்பதை விட மறப்பது நன்று.

912. Forgive and forget.
மன்னிப்போம், மறப்போம்.

913. We forget because we must and not because we will.
மறக்கவேண்டும் என்பதால் மறக்கிறோமே தவிர, தானாகவே மறப்போம் என்பதால் அல்ல.

914. Forget not the help you receive.
நன்றி மறப்பது நன்றன்று.

915. Forget evils immediately.
நன்றல்லது அன்றே மறப்பது நன்று.

FORGIVENESS - மன்னிப்பு

916. He that forgives gains victory.
மன்னிப்பவனே வெற்றி பெறுகிறான்.

917. Forgive all but not yourself.
உன்னைத் தவிர எல்லோரையும் மன்னித்துவிடு.

918. Wink at small faults.
சிறு தவறுகளைப் பார்க்காதே (கண்டுகொள்ளாதே).

919. Let bygones be bygones.
நடந்தவை நடந்தவையாக இருக்கட்டும்.

920. God forgives him who forgives others.
பிறரை மன்னிப்பவனைக் கடவுள் மன்னிக்கிறார்.

921. Mercy surpasses justice.
நியாயத்தினும் கருணை மேம்பட்டது.

922. Pardon makes offenders.
மன்னிப்பு குற்றவாளிகளை உற்பத்தி செய்யும்.

923. Mercy to the criminal may be cruelty to the people.
குற்றவாளியை மன்னிப்பது மக்களுக்கு இழைக்கும் மாபாதகம்.

924. There is no austerity like forgiveness.
மன்னிப்பதை விடத் தவம் வேறில்லை.

FORTUNE - அதிர்ஷ்டம்

925. Fortune favours the brave.
(அ) வீரனை அதிர்ஷ்டம் விரும்பிச் சேர்ந்திடும்.
(ஆ) வீரனை அதிர்ஷ்ட தேவதை விரும்பி மணப்பாள்.

926. Fortune favours fools.
முட்டாள்களை அதிர்ஷ்டம் முட்டும்.

927. Fortune favours fortune.
(அ) அதிர்ஷ்டம் அதிர்ஷ்டத்தோடு சேரும்.
(ஆ) செல்வம் செல்வத்தோடு சேரும்.

928. Fortune is blind.
(அ) குபேரன் குருடன்.
(ஆ) அதிர்ஷ்டம் குருட்டுத்தனமானது.

929. Diligence is the mother of fortune.
(அ) உழைப்பே அதிர்ஷ்டத்தின் தாய்.
(ஆ) உழைப்பின் வாரா உறுதிகள் உளவோ!

930. When fortune smiles, embrace her.
(அ) அதிர்ஷ்ட தேவதை கதவைத் தட்டும்போது திறக்காமல் இருக்காதே.
(ஆ) அதிர்ஷ்டம் வரும்போது தவறவிடாதே.

931. Misfortune tells us what fortune is.
(அ) நிழலருமை வெயிலில் தெரியும்.
(ஆ) அதிர்ஷ்டம் எதுவென துரதிருஷ்டம் உரைக்கும்.

FRIENDS - நண்பர்கள்

932. A friend in need is a friend indeed.
ஆபத்துக்கு உதவுபவனே உண்மையான நண்பன்.

933. Prosperity makes friends, adversity tries them.
செல்வம் நண்பர்களை ஆக்கும்; வறுமை அவர்களைச் சோதிக்கும்.

934. Life without a friend is, death without a witness.
நண்பன் இல்லா வாழ்க்கை துயரில் பங்கு கொள்ள ஆள் இல்லாத சாவு.

935. Better an open enemy than a false friend.
பொய்யான நண்பர்களைவிட தெரிந்த பகைவன் மேல்.

936. Misfortune make foes of friends.
துரதிருஷ்டம் நட்பைப் பகையாக்கும்.
937. Among friends all things are common.
நண்பர்களுக்கு இடையில் பொதுவுடைமை.
938. When a friend asks, there is no tomorrow.
நண்பன் உதவி கேட்டால், நாளை என்பது இல்லை.
939. Have but few friends, though many acquaintances.
அறிமுகம் உடையோர் பலராயினும் உற்ற நண்பர் சிலரே வேண்டும்.
940. Treat a friend as if he might become a foe.
(அ) நண்பனைப் பகைவனாகி விடுவானோ என்பதுபோல் நடத்து.
(ஆ) நகுதற் பொருட்டன்று நட்டல் மிகுதிக்கண் மேற்சென்று இடித்தற் பொருட்டு.
941. A true friend is the best possession.
உண்மையான நண்பனே உன்னதச் சொத்து.

FRIENDSHIP - நட்பு

942. Friendship is a plant which must be often watered.
அடிக்கடி நீர் வார்க்க வேண்டிய பயிரே நட்பு.
943. Friendship always benefits, love sometimes injures.
நட்பு எப்போதும் நன்மை தரும், காதல் சில நேரம் துன்பம் தரும்.
944. Friendship is a sheltering tree.
நிழல் தரும் மரமே நட்பு.
945. Friendship is not bought at the fair.
நட்பைச் சந்தையில் வாங்க முடியாது.
946. Friendship multiplies joys and divides grief.
நட்பு மகிழ்ச்சியைப் பெருக்கும், துயரத்தைப் பங்கிட்டுக்கொள்ளும்.
947. Patched up friendship seldom becomes whole again.
(அ) நீக்கம் அறும் இருவர் நீங்கிப் புணர்ந்தாலும் நோக்கின் அவர் பெருமை நொய்தாகும்.
(ஆ) நெல்லின் உமி சிறிது நீங்கிப்பழமைபோல் புல்லினும் திண்மை நிலைபோம்.
948. Suffering for a friend doubles friendship.
நண்பனுக்காகத் துயர்பட்டால் இரட்டிக்கும் நட்பு.
949. The friendship of the great is fraternity with lions.
பெரியோர் கேண்மை வலிமை சேர்க்கும்.
950. True friendship is imperishable.
உண்மை நட்பிற்கு அழிவில்லை.
951. Sudden friendship, sure repentance.
திடீர் நட்பு தீரா வருத்தம்.

FRUGALITY - சிக்கனம்

952. **Penny and penny laid up will be many.**
பைசா-பைசா சேர்ந்தால் ரூபாய் பல ஆகும்.

953. **A penny saved is a penny gained.**
(அ) ஒரு பைசா சேமிப்பு, ஒரு பைசா ஆதாயம்.
(ஆ) ஒரு பைசா செலவு, ஒரு பைசா விரயம்.

954. **Take care of the penny and the pounds will take care of themselves.**
பைசாவைக் கவனித்துக்கொண்டால் ரூபாய் தானே வரும்.

955. **Let savings be your first expenditure.**
சேமிப்பே உங்கள் முதல் செலவாக இருக்கட்டும்.

FUTURE - எதிர்காலம்

956. **When all is lost, future still remains.**
எல்லாம் போனவர்க்கும் எதிர்காலம் உண்டு.

957. **Take care of minutes, for hours will take care of themselves.**
நொடியை நன்கு கவனித்தால் மணி தன்னைத் தானே கவனித்துக் கொள்ளும்.

958. **The future is purchased by the present.**
(அ) எதிர்காலம் தற்காலத்தால்தான் வாங்கப்படுகிறது.
(ஆ) தற்காலமே எதிர்காலத்தை நிச்சயிக்கும்.

G

GAIN - ஆதாயம்

959. **One man's loss is another man's gain.**
ஒருவனது நஷ்டம் மற்றவனது இலாபம்.

960. **Gain savours sweetly from anything.**
(அ) நாய் விற்ற காசு குரைக்காது.
(ஆ) ஊன் விற்ற காசு நாறாது.

961. **Pain is forgotten when gain follows.**
ஆதாயம் வருமானால் பட்ட கஷ்டம் மறந்துவிடும்.

962. **Great gain makes work easy.**
பெருத்த லாபம் உழைப்பை எளிதாக்கும்.

963. **Honours and profit lie not in one sack.**
மதிப்பும் ஆதாயமும் ஒரே கோணியில் இராது.

964. There is no great loss without some gain.
(அ) ஏதேனும் ஆதாயம் இல்லாது பெரு நஷ்டம் இல்லை.
(ஆ) நஷ்டத்திலும் உண்டு ஓர் ஆதாயம்.
(இ) கையைச் சுட்டுக்கொண்டவன் கற்றுக்கொள்வான்.

GAMBLING - சூதாட்டம்

965. The best throw of the dice, is to throw them away.
சூதாட்டத்தை வீசி எறிவதே சிறந்த பகடை வீச்சு.
966. Lucky at cards, unlucky in love.
சீட்டாட்டத்தில் அதிர்ஷ்டம்; காதலில் துரதிருஷ்டம்.
967. He that plays his money ought not to value it.
பணத்தை வைத்து ஆடுபவன் அதை மதிப்பிடக்கூடாது.
968. In a bet there is a fool and a thief.
பந்தயத்தில் ஒருவன் முட்டாள், மற்றவன் திருடன்.

GENIUS - மேதைமை

969. Genius is akin to madness.
மேதைமை பைத்தியம் போன்றது.
970. Genius is the capacity of evading hard work.
கடின வேலையைத் தவிர்க்கும் திறமையே மேதைமை.
971. Genius is mainly an affair of energy.
மேதைமை முக்கியமாக சக்தியின் தொழிலே.
972. The lamp of genius burns more rapidly than the lamp of life.
வாழ்க்கை விளக்கைவிட மேதைமை விளக்கு அதிக வேகமாக எரிகிறது.

GIVING - கொடுத்தல்

973. He who gives discreetly gains directly.
விவேகத்தோடு கொடுப்பவன் நேரடியாகப் பயன்பெறுவான்.
974. He gives twice who gives quickly.
உடனே கொடுப்பவன் இருமடங்கு கொடுத்தவனாவான்.
975. The hand that gives, oft gathers.
(அ) சம்பாதிக்கின்ற கையே கொடுக்க முடியும்.
(அ) சேகரிக்கும் கையே கொடுக்கும்.
976. It is more blessed to give than to receive.
பெறுவதினும் கொடுத்தல் நன்றே.
977. He who gives to another bestows on himself.
மற்றவர்களுக்குக் கொடுப்பவன் தனக்குத் தானே கொடுத்துக் கொள்கிறான்.

978. To refuse, and to give tardily is all the same.
(அ) தாமதித்துக் கொடுப்பதும் மறுப்பதும் ஒன்றே.
(ஆ) ஒதக்கோள் நாளையினும் வாதக்கோள் இல்லை இனிது.

GO - செல்லுதல்

979. For men may come and men may go, but I go on for ever.
மனிதர்கள் போவார்கள், வருவார்கள், நான் என்றும் இருப்பேன்.

980. Go farther and fare worse.
உள்ளூரில் கஞ்சி குடித்தவன் வெளியூர் சென்று வெறும் தண்ணீர் குடித்தானாம்.

981. Go west, young man.
இளைஞனே, மேலைநாடு போ.

982. Men die, and go we do not know where.
கூடுவிட்டு ஆவி போவதெங்கே கூறு?

983. Go while the going is good.
நன்றாக வாழ்ந்து கொண்டிருக்கையில் போய்விடு.

GOD - கடவுள்

984. Man proposes, God disposes.
மனிதன் நினைக்கிறான், கடவுள் முடிக்கிறார்.

985. Man desires, God decides.
மனிதன் விரும்புகிறான், கடவுள் முடிவு செய்கிறார்.

986. God helps them that help themselves.
தமக்குத்தாமே உதவுபவருக்குக் கடவுள் உதவுகிறார்.

987. God makes and man shapes.
கடவுள் படைக்கிறார், மனிதன் வடிவமைக்கிறான்.

988. Man does what he can, and God what he will.
மனிதன் முடிந்ததைச் செய்கிறான், கடவுள் விரும்பியதைச் செய்கிறார்.

989. He who serves God, serves a good master.
கடவுளுக்கு தொண்டு புரிபவனே சிறந்த எஜமானனுக்குத் தொண்டு புரிகிறான்.

990. God comes at last when we think He is farthest off.
தூரத்தில் இருக்கிறார் என்று நாம் நினைக்கும்பொழுது, கடவுள் இறுதியில் வருகிறார்.

991. That never ends ill which begins in God's name.
கடவுள் பெயரைச் சொல்லித் தொடங்கிய காரியம் கெட்டுப் போகாது.

992. Do the likeliest and God will do the best.
இயன்றதைச் செய்தால் கடவுள் மிகச் சிறந்ததைச் செய்வார்.

993. All must be as God wills.
   (அ) கடவுள் விரும்பியபடியே அனைவரும் இருப்பர்.
   (ஆ) கடவுள் விருப்பப்படியே இங்கு மானிட வாழ்வு.
994. God provides for him that trusts.
   கடவுளை நம்பினோர் கைவிடப்படார்.

GOOD - நல்லது

995. Good counsel has no price.
   நல்ல அறிவுரை விலை மதிப்பற்றது.
996. Overcome evil with good.
   தீமையை நன்மையால் வெல்.
997. Hold fast that which is good.
   நல்லதை இறுகப் பற்று.
998. Good and quick seldom meet.
   (அ) நல்லதும் வேகமும் சந்திப்பது அரிது.
   (ஆ) நல்லது மெதுவாய்த்தான் நடக்கும்; தீயது உடனே நடந்துவிடும்.
999. A good anvil does not fear the hammer.
   (அ) நல்ல பட்டறைக்கல் சுத்தி அடிக்கு அஞ்சாது.
   (ஆ) நல்லவன் சோதனைக்கு அஞ்சான்.
1000. A good archer is not known by his arrow but by his aim.
   நல்ல வேடனை அம்பால் அல்ல, குறியால்தான் அறிவர்.
1001. A good horse is never of a bad colour.
   நல்ல குதிரையின் நிறம் மங்காது.
1002. A good name keeps its lustre in the dark.
   நல்ல பெயர் இருட்டிலும் ஒளிரும்.
1003. Good manners are made up of petty sacrifices.
   சிறுசிறு தியாகம் செய்தே நன்னடத்தை பெறமுடியும்.
1004. A good work is as soon said as a bad one.
   கெட்டதைப் போலவே நல்ல பணியும் உடனடியாகப் பேசப்படும்.

GOSSIP - வம்பு

1005. An ill tongue may do much.
   தீ நாக்கு செய்யும் தீமை அனைத்தும்.
1006. Gossip is a vice enjoyed vicariously.
   வம்பளப்பு மறைமுகமாக அனுபவிக்கப்படும் ஒரு தீமை.
1007. Put no faith in tale-bearers
   வம்பனை நம்பாதே.
1008. Who chatters to you, will destroy two houses.
   கிசுகிசுப்பவன் இரண்டு வீட்டை அழித்திடுவான்.

1009. Whispered words are heard afar.
கிசுகிசு வார்த்தைகள் நெடுந்தொலைவு கேட்கும்.

GOVERNMENT - அரசாங்கம்

1010. The best government is that which governs least
குறைந்த அளவு ஆளும் அரசே மிகச் சிறந்த அரசு.
1011. Every country has the government it deserves.
நாட்டின் தகுதிக்கு ஏற்ற அரசே அமையும்.
1012. Governments need to have both shepherds and butchers.
அரசுக்கு ஆட்டுக்காரனும் வேண்டும் கசாப்புக்காரனும் வேண்டும்.
1013. The government is the only known vessel which leaks from the top.
மேல் இருந்து ஒழுகும் ஒரே பாத்திரம் அரசுதான்.

GRATITUDE - நன்றி

1014. To a grateful man, give money when he asks.
(அ) நன்றியுள்ளவன் கேட்கும்பொழுது பணம் கொடு.
(ஆ) நன்றி உடையாருக்குச் செய்த உபகாரம் கல்மேல் எழுத்துப் போல் காணும்; நன்றியில்லாதவனுக்குச் செய்த உதவி நீர்மேல் எழுத்துக்கு நேர்.
1015. Do not forget even little kindness and do not remember even big faults.
சிறு உதவிகளையும் மறக்காதே; ஆனால் பெருந்தவறுகளையும் மறந்துவிடு.
1016. When you drink from the stream, remember the spring.
(அ) ஓடையில் நீர் குடிக்கும்பொழுது ஊற்றை நினை.
(ஆ) உப்பிட்டவரை உள்ளளவும் நினை.
1017. Who gives not thanks to man, gives not thanks to God.
மனிதனுக்கே நன்றி சொல்லாதவன் கடவுளுக்கு நன்றி சொல்ல மாட்டான்.

GREAT - பெரியது

1018. Great men think alike.
பெரிய மனிதர்கள் ஒரே மாதிரி சிந்திப்பர்.
1019. To be great is to be misunderstood.
பெரியவனாக இருப்பதென்பது தவறாகப் புரிந்துகொள்ளப்படுவது.
1020. No great man lives in vain.
எந்தப் பெரிய மனிதனும் பயனின்றி வாழ்வதில்லை.
1021. A great tree attracts the wind.
பெரியே மரமே காற்றைக் கவரும்.

1022. The history of the world is nothing but the biographies of great men.

உலக வரலாறு என்பது மாமனிதர்களின் வாழ்க்கை வரலாறே.

1023. Some are born great, some are made great and greatness is thrust upon some.

மாமனிதர்களாகப் பிறக்கிறார்கள் சிலர்; சிலர் மாபெரும் மனிதர்களாக ஆக்கப்படுகிறார்கள்; சிலர் மீது மாபெரும் மனிதத்தனம் திணிக்கப்படுகிறது.

GREED - பேராசை

1024. Greedy folks have long arms.

பேராசைக்காரர்களுக்குக் கை நீளம்.

1025. All covet, all lose.

(அ) அனைத்துக்கும் ஆசைப்படு; அனைத்தையும் இழ.

(ஆ) பேராசை பெரு நஷ்டம்.

1026. Beggars' bags are bottomless.

பிச்சைக்காரர்களின் பைகளுக்கு அடிகாண முடியாது.

1027. Kill not the goose that lays the golden eggs.

தங்க முட்டையிடும் வாத்தைக் கொன்று விடாதே.

GUILT - குற்றம்

1028. Guilty man has quick ears to confess.

குற்றவாளியின் காதுகள் கேட்ட மாத்திரத்தில் குற்றத்தை ஒப்புக்கொள்ள சுறுசுறுப்பாக இயங்கும்.

1029. Guilt is always cowardly.

குற்றத்தன்மை எப்போதும் கோழையே.

1030. Guilt is always zealous.

குற்றம் எப்போதும் வெறிபிடித்தது.

1031. Guilt sinks the brave to cowards.

குற்றம் வீரனைக் கோழையாக்கும்.

1032. Guilty men still judge others like him.

குற்றவாளி பிறரையும் குற்றவாளி எனக் கருதுவான்.

1033. Guilty men still suspect what thcy deserve.

குற்றவாளி இன்னும் தன் தகுதியைச் சந்தேகிப்பான்.

H

HABIT - பழக்கம்

1034. Old habits die hard.

தொட்டில் பழக்கம் சுடுகாடு மட்டும்.

1035. Habit is a second nature.
முயன்று இயல்பாவதே பழக்கம்.
1036. Men do more things through habit than through reason.
மனிதர்கள் பலவற்றைப் பகுத்தறிவால் செய்யாமல் பழக்கத்தாலேயே செய்கின்றனர்.
1037. A habit is a shorts made of iron.
பழக்கம் வலுவான காற்சட்டை.
1038. Habits are first cobwebs, then cables.
பழக்கங்கள் முதலில் ஒட்டடைகள், பிறகு கம்பி வடங்கள்.

HALF - பாதி

1039. Half a loaf is better than none.
ஒன்றும் இல்லாததற்கு அரை ரொட்டி மேல்.
1040. Half the world knows not how the other half lives.
பாதி உலகுக்கு மீதி உலகு எப்படி வாழ்கின்றது என்பது தெரியாது.
1041. Half done is worse than not done.
(அ) அரைக் கிணறு தாண்டுவதை விடத் தாண்டாதிருப்பது மேல்.
(ஆ) பாதி செய்வதைவிட செய்யாதிருப்பது மேல்.
1042. The half is more than the whole.
முழுசை விடப் பாதி பெரிது.

HAPPINESS - சந்தோஷம்

1043. Happiness grows at one's fireside.
அடுப்பு அனலில் ஆனந்தம் வளர்கிறது.
1044. One feast, one house, one mutual happiness.
ஒரு விருந்து, ஒரு வீடு, ஒரு பரஸ்பர சந்தோஷம்.
1045. It is a poor heart that never rejoices.
மகிழாத உள்ளம் ஏழை உள்ளமே.
1046. Possessed of happiness, don't exhaust it.
சந்தோஷம் கிடைத்ததும் அதைத் தீர்த்துவிடாதே.
1047. All happiness is in the mind.
எல்லா உவகையும் உள்ளத்தின் உள்ளே.
1048. Great happiness, great danger.
பெருத்த மகிழ்ச்சி பேராபத்து.
1049. A happy heart is better than a full purse.
பை செல்வத்தால் நிறைவதைவிட மனம் சந்தோஷத்தால் நிறைவது மேல்.
1050. Be happy when you can for you are a long time dead.
முடிந்த பொழுது சந்தோஷமாயிருந்து விடு, ஏனெனில் நீ நீண்ட காலமாக இறக்கும் நிலையிலுள்ளாய். (பிறந்ததுமே சாவு நிச்சயம்.)

1051. Happiness invites envy.
சந்தோஷம் பொறாமையை வரவழைக்கும்.
1052. Happy is the man who does all the good he talks of.
தான் சொன்ன நல்லதை எல்லாம் செய்தவன் மகிழ்வான்.
1053. He is truly happy who makes others happy.
மற்றவர்களை சந்தோஷப்படுத்துபவனே உண்மையில் சந்தோஷப் படுகிறான்.
1054. Happy is he that serves the happy.
சந்தோஷமாயிருப்பவர்களுக்கு சேவை செய்பவனே சந்தோஷ மாயிருப்பான்.

HASTE - அவசரம், பதற்றம்

1055. Haste makes waste.
(அ) பதறிய காரியம் சிதறிப் போகும்.
(ஆ) பதறாத காரியம் சிதறாது.
1056. Make haste slowly.
மெதுவாக அவசரப்படு.

1057. Haste trips up its own heels.
அவசரம் அடிசறுக்கி விழும்.
1058. In haste is error.
(அ) அவசரத்தில் உள்ளது தவறு.
(ஆ) அவசரப்பட்டால் தவறு நிச்சயம்.
1059. It is the pace that kills.
(அ) வேகய் விவேகம் அல்ல.
(ஆ) அவசரப்பட்டு அடியெடுத்து வைப்பது ஆகாது.
1060. Haste is the mother of imperfection.
(அ) அவசரக் கோலம் அள்ளித் தெளித்தல்.
(ஆ) அரைகுறை வேலையின் அன்னை அவசரம்.
1061. Marry in haste and repent at leisure.
அவசரக் கல்யாணம் நிரந்தர மனவருத்தம்.
1062. Nothing should be done in haste but gripping a flea.
ஈ அடிப்பதைத் தவிர எதிலும் அவசரம் கூடாது.
1063. Haste is a fool's choice.
அவசரக்காரனுக்கு புத்தி மட்டு.

HATRED - வெறுப்பு

1064. Hatred is blind, as well as love.
அன்பைப் போல் வெறுப்பும் குருடே.

1065. They that too deeply love too deeply hate.
ஆழமாக நேசிப்போர் ஆழமாக வெறுக்கவும் செய்வர்.
1066. Old hate never wearies.
பழைய வெறுப்பு சலிப்புறாது.
1067. Love and hate are blood relations.
காதலும், வெறுப்பும் உடன்பிறப்புகள்.

HAVE - பெறுதல்

1068. You can't have your cake and eat it too.
கூழுக்கும் ஆசை மீசைக்கும் ஆசை.
1069. Have a chip on one's shoulder.
எதிர்ப்பை வரவேற்பதில் முந்து.

HEALTH - உடல்நலம்

1070. Health is wealth.
(அ) நலவாழ்வே நற்செல்வம்.
(ஆ) உடல்நலம் உயர் செல்வம்.
(இ) நோயற்ற வாழ்வே குறைவற்ற செல்வம்
1071. Health and cheerfulness mutually beget each other.
உடல்நலமும், உற்சாகமும் ஒன்றை ஒன்று பெற்றுத்தரும்.
1072. Health and understanding are two great blessings of life.
உடல்நலமும், புரிந்துகொள்ளுதலும் வாழ்க்கையின் இரு பெரும் பேறுகள்.
1073. Health is happiness.
(அ) உடல்நலமே சந்தோஷம்.
(ஆ) ஆரோக்கியமே ஆனந்தம்.
1074. Health is not valued till sickness comes.
(அ) நோய்வரும் வரை உடல் நலத்தில் அக்கறை செலுத்துவதில்லை.
(ஆ) நோய் வராதவரை உடல் நலத்திற்கு மதிப்பில்லை.
1075. It is a hardened head that never ached.
வலிமை வாய்ந்த தலை ஒருபோதும் வலிக்காது.
1076. Study sickness while you are well.
உடல்நலத்துடன் இருக்கையிலேயே நோய் பற்றிப் படி.
1077. To rise at five, dine at nine, sup at five, go to bed at nine makes a man live to ninety-nine.
(அ) 5 மணிக்கு எழுந்து 9 மணிக்கு உண்டு 5 மணிக்கு இரவுணவு உண்டு 9 மணிக்கு உறங்கினால் 99 வரை உயிரோடு வாழலாம்.
(ஆ) நேரத்தே எழுந்து காலத்தே உண்டு நேரத்தே உறங்கினால் நூறாண்டு வாழலாம்.
1078. He who masticates well lives up to a hundred full.
நொறுங்கத் தின்பவன் நூறாண்டு வாழ்வான்.

1079. Without health life is not life, life is useless.
ஆரோக்கியம் இல்லா வாழ்க்கை பாழ்.

HELP - உதவி

1080. God helps them that help themselves.
தங்களுக்கு உதவி செய்துகொள்பவர்களுக்கே கடவுள் உதவி செய்கிறார்.

1081. He helpeth little that helpeth not himself.
தனக்கு உதவாதவன் தரணிக்கு உதவான்.

1082. Self-help is the best help.
தன் கையே தனக்குதவி.

1083. Slow help is no help.
உடன் உதவுதலே உதவி. தாமதித்த உதவி உதவியன்று.

1084. He that is fallen cannot help him that is down.
வீழ்ந்து விட்டவன் தாழ்ந்தவனுக்கு உதவ முடியாது.

1085. Many hands make light work.
பல கரங்கள் பணியை இலகுவாக்கும்.

HERO - வீரன்

1086. Heroes are made, not born.
வீரர்கள் உண்டாக்கப்படுகிறார்கள், பிறப்பதில்லை.

1087. No man is a hero to his wife.
எவனும் தன் மனைவிக்கு வீரன் அல்லன்.

1088. No man is a hero to his valet.
எவனும் தன் தாதனுக்கு வீரன் இல்லை.

1089. Heroes are made in the hour of defeat.
தோற்கும் நேரம் வீரர்கள் உண்டாக்கப்படுகிறார்கள்.

1090. Be a hero in the strife.
சண்டையில் வீரனாய் இரு.

HOME - வீடு

1091. East or west, home is best.
(அ) கிழக்கோ, மேற்கோ இல்லமே இனியது.
(ஆ) கீழை நாடோ மேலை நாடோ தாய் நாடே சிறந்தது.
(இ) எலிவளை ஆனாலும் தனி வளை நன்று.

1092. An Englishman's home is his castle.
ஆங்கிலேயன் வீடு அவனுக்குக் கோட்டை.

1093. Home is where the heart is.
இதயம் இருக்கும் இடமே இல்லம்.

1094. There is no place like home.
இல்லத்தினும் சிறந்த நல்லிடம் இல்லை.

1095. Without hearts there is no home.
இதயங்கள் இன்றி இல்லம் இல்லை.

HONESTY - நாணயம்

1096. Honesty is the best policy.
நாணயமே நனிசிறந்த கொள்கை.
1097. An honest look covers many faults.
நேர்மையான பார்வைக்குப் பல தவறுகள் மறையும்.
1098. Honesty is a fine jewel, but much out of fashion.
நாணயம் காலத்துக்கு ஒவ்வாத அற்புத அணிகலன்.
1099. Open confession is good for the soul.
பகிரங்கமாக ஒப்புக்கொள்வது ஆன்மாவுக்கு நல்லது.
1100. An honest man's word is as good as his bond.
(அ) நாணயஸ்தன் வாக்குத் தவறான்.
(ஆ) நாணயஸ்தன் வார்த்தை உறுதிப்பத்திரம் போன்றது.
1101. No legacy is so rich as honesty.
நாணயத்தைப் போன்றதோர் பரம்பரைச் சொத்தில்லை.

HONOUR - நன்மதிப்பு

1102. Great honours are great burdens.
பெரும் பெருமைகள் பெருஞ்சுமைகள்.
1103. The post of honour is the post of danger.
பெருமதிப்புக்கு உரிய பதவி ஆபத்தான பதவி.
1104. It is a worthier thing to deserve honour than to possess it.
நன்மதிப்பை உடைமையாக்கிக் கொள்வதைவிட அதற்குத் தகுதியாவது சிறப்பு.
1105. Honour and ease are seldom bedfellows.
நன்மதிப்பும், சுகவாழ்வும் நண்பர்கள் அல்லர்.
1106. Honours change manners.
நன்மதிப்பு நடத்தையை மாற்றும்.
1107. There is honour among thieves.
கள்வருக்கிடையேயும் பரஸ்பர மதிப்புண்டு.
1108. He that desires honour is not worthy of honour.
நன்மதிப்பு விழைபவன் நன்மதிப்புக்குரியவன் அல்லன்.
1109. Honour lies in honest toil.
நேர்மையான உழைப்பில்தான் நன்மதிப்பிருக்கும்.
1110. Honour and profit lie not in one sack.
(அ) நன்மதிப்பும் ஆதாயமும் ஒரு கோணியில் இருக்காது.
(ஆ) ஆதாயம் சேர்ந்தால் நன்மதிப்பு அகலும்.

1111. Leisure with honour.
நன்மதிப்புடன் ஓய்வு பெறு.

HOPE - நம்பிக்கை

1112. Hope keeps man alive.
நம்பிக்கையே மனிதனை உயிருடன் வைத்திருப்பது.
1113. Hope is the last thing to abandon the unhappy.
மகிழ்ச்சியில்லாதவர்களை விட்டு விலகும் கடைசிப்பொருள் நம்பிக்கையே.
1114. Hope well and have well.
ஆழ்ந்த நம்பிக்கை ஆனந்தம் கொடுக்கும்.
1115. Hope for the best.
மிக நல்லதே நடக்கும் என நம்புவோம்.
1116. While there is life there is hope.
உயிர் இருக்கும் வரை நம்பிக்கையும் இருக்கும்.
1117. Too much hope deceives.
(அ) அளவுக்கு அதிகம் நம்பினால் மோசம் போவோம்.
(ஆ) அளவற்ற நம்பிக்கை அளவிலாத ஏமாற்றம்.
1118. If it were not for hope, the heart would break.
நம்பிக்கை இல்லாவிட்டால் இதயம் வெடித்துவிடும்.
1119. Hope is poor man's bread.
ஏழையின் கஞ்சி நம்பிக்கையில் இருக்கிறது.
1120. Hope for the best and prepare for the worst.
மிக நல்லது நடக்கும் என நம்பு; படுமோசமானதற்குத் தயாராயிரு.

HORSE - குதிரை

1121. You may lead a horse to water but cannot make him drink.
குதிரையைத் தொட்டிக்கு அழைத்துச் செல்லலாம். ஆனால், குடிக்க வைக்க முடியாது.
1122. The horse-shoe that clatters wants a nail.
லொட லொட என ஆடும் லாடத்திற்கு ஆணி அறைய வேண்டும்.
1123. Do not trust the horse, Trojans.
திராய் வீரர்களே ! குதிரையை நம்பா தீர்.

1124. Don't enter a stream on a clay horse.
மண் குதிரையை நம்பி ஆற்றில் இறங்காதே.
1125. Slip is an excuse for the lame horse.
நொண்டிக் குதிரைக்குச் சறுக்கினதே சாக்கு.

HOSPITALITY - விருந்தோம்பல்

1126. Do not wear out your welcome.
நல்வரவை நலிவடையச் செய்யாதே.

1127. **Welcome is the best dish.**
முகமலர்ந்து உபசரிப்பதே நல்விருந்து.

1128. **He that is welcome fares well.**
வரவேற்புக்கு உரியவன் நல்விருந்தாளியாவான்.

1129. **The guest of the hospitable learns hospitality.**
நல்விருந்து ஓம்புபவனின் விருந்தாளி விருந்தோம்பலைக் கற்றுக்கொள்வான்.

1130. **Hospitality consists in a little fire, a little food and an immense quiet.**
சிறிதளவு கணப்பும், சிறிதளவு உணவும், பேரளவு அமைதியுமே நல் விருந்தாகும்.

1131. **Lenten fare.**
எளிய நோன்புணவு (பட்டினி கிடக்கையில் உண்ணும் கஞ்சி).

HUSBAND - கணவன்

1132. **As the husband is, wife is.**
மணாளனைப் போலவே மனைவி.

1133. **A good husband should be deaf and a good wife blind.**
நல்ல கணவன் செவிடனாயிருக்க வேண்டும்; நல்ல மனைவி குருடாய் இருக்க வேண்டும்.

1134. **Husbands are in heaven whose wives scold not.**
திட்டாத மனைவியுடன் வாழ்பவர் சொர்க்கத்தில் வாழ்பவர்.

1135. **All husbands are alike, but they have different faces so you can tell them apart.**
எல்லாக் கணவர்களும் ஒரே மாதிரிதான், ஆனால் முகங்கள் வெவ்வேறு. இதனால் தான் அவர்களைப் பிரித்துக் கூற முடிகிறது.

HYPOCRISY - பாசாங்கு

1136. **Pretended holiness is double iniquity.**
போலிப் புனிதம் இரட்டை அநீதி.

1137. **All are not saints that go to church.**
ஆலயம் செல்லும் அனைவரும் புனிதர் அல்லர்.

1138. **Fine words dress ill deeds.**
தீய செயல்களை அழகிய வார்த்தைகள் மூடி மறைக்கும்.

1139. **The cat shuts its eye while it steals cream.**
வெண்ணெய் திருடும்போது பூனை கண்ணை மூடிக்கொள்ளும்.

1140. **Many kiss the hand they wish to cut off.**
வெட்ட விரும்பும் கரத்தையே முத்தமிடுவோர் பலர்.

1141. When the fox preaches, then beware of your geese.
    (அ) குள்ளநரி உபதேசம் செய்யும்போது வாத்துகளை எச்சரிக்கையாய்க் கவனியுங்கள்.
    (ஆ) கெட்டவர் உபதேசிக்கும்பொழுது நல்லவர் எச்சரிக்கையாக இருக்க வேண்டும்.
1142. Be what you would seem to be.
    இயல்பலாதன செய்யேல்.

IDLENESS - சோம்பல்

1143. An idle mind is the devil's workshop.
    சோம்பேறி மனம் பேயின் பட்டறை.
1144. Idle folks have the least leisure.
    (வேலையில்லாததால்) சோம்பேறிகளுக்கு ஓய்வில்லை. 
1145. An idle person is a devil's cushion.
    சோம்பேறி என்பவன் பேயின் மெத்தை.
1146. Idleness is the key of beggary.
    (அ) சோம்பேறியே பிச்சை எடுப்பான்.
    (ஆ) மடியே மிடியின் திறவுகோல்.
1147. It is more pain to do nothing than something.
    ஏதேனும் செய்வதைவிட எதுவும் செய்யாமலிருப்பது கடினமானது.
1148. Idle folks lack no excuses.
    (அ) சோம்பேறிக்குச் சாக்கு சுள்ளென வரும்.
    (ஆ) சோம்பித் திரிபவனுக்குச் சாக்கா பஞ்சம்?
1149. A lazy sheep thinks its wool heavy.
    சோம்பேறி ஆட்டுக்குத் தன் கம்பளம் சுமை.
1150. Idleness is the shipwreck of chastity.
    கற்பின் உடைந்த கலமே சோம்பல்.
1151. Idleness must thank itself if it goes bare foot.
    சோம்பல் வெறுங்காலால் நடப்பதற்கு தனக்கே நன்றி சொல்லிக்கொள்ள வேண்டும்.
1152. Every day is holiday with sluggards.
    சோம்பேறிகளுக்கு எல்லா நாட்களும் விடுமுறையே.

IGNORANCE - அறியாமை

1153. Ignorance is bliss.
    அறியாமையே ஆனந்தம்.
1154. There is no blindness like ignorance.
    அறியாமையைப்போல் ஒரு குருட்டுத்தனம் இல்லை.

1155. Ignorance is the mother of impudence.
வெட்கமின்மையே அறியாமையின் தாய்.

1156. Ignorance is the peace of life.
அறியாமையே வாழ்க்கையின் அமைதி.

1157. What you don't know can't hurt you.
நீ அறியாதது உன்னைச் சேதப்படுத்தாது.

1158. Art has no enemy but ignorance.
(அ) அறியாமையே கலையின் எதிரி.
(ஆ) ஞான சூனியத்தைப்போல் கலைக்கு ஓர் எதிரியில்லை.

1159. Ignorance is the night of the mind.
மனத்தின் இருளே அறியாமை.

ILL - தீமை

1160. One ill breeds many.
ஒரு தீமையிலிருந்து பிறக்கும் பல தீமைகள்.

1161. Ill got, ill spent.
தவறான வழியில் சம்பாதித்தால் தவறான வழியில் செலவழியும்.

1162. Ill gotten goods never thrive.
தீமையால் வந்த பொருட்கள் செழிக்கா.

1163. Ill laying up makes many thieves.
தீய வளர்ப்பே திருடரை ஆக்கும்.

1164. Ill weeds grow apace.
தீய களைகள் சீக்கிரம் விளையும்.

IMPERFECTION - குறைபாடு

1165. No man is infallible.
தவறு செய்யாத மனிதன் இல்லை.

1166. He is lifeless that is faultless.
உயிரில்லாதவனே குறையில்லாதவன்.

1167. The best thing may be abused.
மிகச் சிறந்தவற்றையும் தவறாகப் பயன்படுத்தலாம்.

1168. He who makes no mistakes, makes nothing.
ஏதும் செய்யாதவனே தவறு செய்யாதவன்.

1169. No garden without its weeds.
களைகள் இல்லாத தோட்டம் இல்லை.

1170. No rose without thorn.
முள்ளில்லாத நல் ரோஜா இல்லை.

1171. Every man has his weakness.
ஒவ்வொரு மனிதனுக்கும் ஒரு பலவீனம் உண்டு.

IMPOSSIBLE - முடியாதது

1172. If God's touch is there, nothing is impossible

கடவுளின் கருணை இருந்தால் முடியாதது எதுவும் இல்லை.

1173. The word impossible is in the dictionary of fools.

முட்டாள்களின் அகராதியில்தான் முடியாது என்ற சொல்லிருக்கும்.

1174. It is certain because it is impossible.

அது முடியாததாகையால் அதுவே நிச்சயம்.

INDISCRETION - விவேகமின்மை

1175. People who live in glass houses should not throw stones.

கண்ணாடி மாளிகையில் இருந்துகொண்டு கல் எறியக்கூடாது.

1176. Don't wash your dirty linen in public.

வீட்டுக் குப்பையை வெளியே போட்டுக் கிளறாதே!

INNOCENT - கள்ளங்கபடின்மை

1177. It is better ten guilty persons escape punishment than one innocent suffer.

குற்றம் புரியாத அப்பாவி ஒருவன் துன்பப்படுவதைவிடப் பத்துக் குற்றவாளிகள் தண்டனைக்குத் தப்புவது மேல்.

1178. The innocent and the beautiful have no enemy but themselves.

அப்பாவிக்கும், அழகிக்கும் தாமே எதிரி.

1179. Time is intolerant of the brave and innocent and indifferent to beautiful physique.

அழகிய உடற்கட்டிற்கு விருப்புவெறுப்பற்ற காலம் வீரனையும், அப்பாவியையும் கண்டால் பொறாது.

INQUISITIVENESS - அறியும் ஆவல், தலையிடுதல்

1180. Little meddling makes much rest.

சிறிதளவு குறுக்கீடு, பேரளவு நிம்மதி.

1181. Curiosity kills the cat.

அறியும் ஆவலில் அக்குவேறு ஆணிவேறு ஆனது.

1182. He that gazes upon the sun shall at last bc blind.

சூரியனை முறைத்துப் பார்ப்பவன் கடைசியில் குருடனாவான்.

1183. He who peeps through the hole may see what will vex him.

தெரியாமல் எட்டிப்பார்ப்பவன் குமட்டுவதைக் காண்பான்.

1184. Enquire not what boils in another pot.

மற்றவன் பானையில் என்ன கொதிக்கிறது என்று விசாரிக்காதே.

1185. Ask no questions and hear no lies.

கேள்வி எதையும் கேட்காதே; பொய்களைப் பதிலாய்ப் பெறாதே.

J

JACK - ஜாக்

1186. **A Jack of all trades is master of none.**
எல்லாம் தெரிந்த ஏகாம்பரத்துக்கு எதுவும் சரியாகத் தெரியாது.

1187. **Jack is both sides.**
இரு பக்கத்திலும் இருப்பவன் ஜாக்

1188. **Jack is as good as his master.**
முதலாளியும், தொழிலாளியும் சமம்.

1189. **Jack is common to all that will play.**
ஜோக்கர் சீட்டு எல்லோருக்கும் பொதுவானது.

1190. **If Jack's in love he's no judge of Jill's beauty.**
(அ) காதலிப்பவனுக்கு அழகு தெரியாது.
(ஆ) அரசன் மெச்சியவளே அழகு ராணி.

JOY - இன்பம், மகிழ்ச்சி

1191. **A thing of beauty is a joy for ever.**
அழகிய பொருள் என்றும் ஆனந்தம் தரும்.

1192. **Joy delights joy.**
மகிழ்ச்சி மகிழ்ச்சியை மகிழ்விக்கும்.

1193. **Let joy be unconfined.**
மகிழ்ச்சியைச் சிறையிலடைக்காதே.

1194. **The joy of the heart makes the face merry.**
இதயத்தின் மகிழ்ச்சி முகத்தை மகிழ்விக்கும்.

1195. **Joy is a great medicine.**
(அ) மகிழ்ச்சியே மாமருந்து.
(ஆ) வாய்விட்டுச் சிரித்தால் நோய்விட்டுப் போகும்.

JUST - நேர்மை

1196. **Be just before you are generous.**
வள்ளல்ஆவதற்கு முன் நேர்மையாளனாய் இரு.

1197. **Only the memory of the just is blessed, but the name of the wicked shall not.**
நேர்மையாளனை மனதில் பொன்போல் வைப்பர் பொதிந்து; கொடுமையாளனை மனதில் வையார் மண்போல் வீசி எறிந்து.

1198. **A just war is better than an unjust peace.**
நேர்மையற்ற சமாதானத்திலும் நேர்மையான போர் மேலானது.

JUSTICE - நீதி

1199. **Justice delayed is justice denied.**
தாமதித்த நீதி மறுக்கப்பட்ட நீதி.

1200. **Temper justice with mercy.**
நீதியைக் கருணையால் பக்குவப்படுத்து.

1201. **Let justice be done though heavens fall.**
உச்சிமீது வான் இடிந்து வீழினும் நீதியை நிலைநாட்டு.

1202. **Revenge is a wild form of injustice.**
அநீதியின் கொடிய வடிவே பழிக்குப் பழி.

1203. **Extreme justice is extreme injustice.**
அதீத நீதி அதீத அநீதியே.

1204. **What's sauce for the goose is sauce for the gander.**
(அ) ஆணுக்கும் பெண்ணுக்கும் ஒரே நீதி (சமநீதி).
(ஆ) ஆணுக்கு ஒரு நீதி பெண்ணுக்கொரு நீதியா ?

k

KEEP - வைத்திரு

1205. **Keep the pot boiling.**
பானையில் உலை கொதிக்கும்படி பணம் சம்பாதி.

1206. **Keep some till more comes.**
அதிகம் வரும்வரை கொஞ்சம் வைத்திரு.

1207. **Keep your shop and your shop will keep you.**
நீ வியாபாரத்தைக் கவனி. உன்னை வியாபாரம் கவனிக்கும்.

1208. **Keep your mouth shut and your eyes open.**
வாயை மூடிக்கொள்; கண்களை அகலமாகத் திற.

KILL - கொல்

1209. **Men talk of killing time, while time quietly kills them.**
நேரத்தைக் கொல்வதாக மனிதன் சொல்வான்; ஆனால் நேரம் மனிதனை மௌனமாய்க் கொல்கிறது.

1210. **Wild animals never kill for sport.**
கொடிய விலங்குகள் விளையாட்டுக்காகக் கொல்லாது.

1211. **Yet each man kills the thing he loves.**
இருப்பினும் மனிதன் தான் நேசித்ததையே கொல்லுகிறான்.

KINDNESS - அன்பு

1212. **Kindness comes of will.**
இச்சையால் வருவேதே அன்பு.

1213. Kind hearts are soonest wronged.
அன்பு இதயங்கள் அதிவிரைவில் அநீதிக்கு ஆட்படும்.

1214. Kindness is the noblest weapon to conquer with.
அன்பே வெற்றிகொள்ள உன்னத ஆயுதம்.

1215. Kindness, like grain, increase by sowing.
விதை விதைத்தால் பயிர் விளையும்; அன்பு விதைத்தால் அன்பு வளரும்.

1216. Kindness is never wasted.
(அ) அன்பு ஒருபோதும் வீணாக்கப்படுவதில்லை.
(ஆ) அன்பு உடையார் என்றும் உரியர் பிறர்க்கு.

KING - அரசன்

1217. The king never dies.
மன்னனுக்கு என்றும் மரணம் இல்லை.

1218. A king is always a king.
மன்னன் என்றும் மன்னனே.

1219. The king can do no wrong.
(அ) மன்னன் தவறே செய்திட மாட்டான்.
(ஆ) மன்னன் செய்வது எல்லாம் சரியே.

1220. Kings must have slaves.
(அ) மன்னர்களுக்கு அடிமைகள் அவசியம் தேவை.
(ஆ) அரசனுக்கு அழகு அடிமைக்கூட்டம்.

KNOWLEDGE - அறிவு

1221. Doubt is the key of knowledge.
ஐயமே அறிவின் திறவுகோல்.

1222. Knowledge is power.
அறிவே ஆற்றல்.

1223. Knowledge comes but wisdom lingers.
அறிவு வருகிறது ஆனால் ஞானம் நீடித்துநிற்கிறது.

1224. Knowledge without practice makes but half an artist.
அனுபவமில்லாத அறிவு அரைக் கலைஞனையே உருவாக்கும்.

1225. Knowledge is the mother of all virtues. All vice proceeds from ignorance.
அறிவு அனைத்து நற்பண்புகளின் தாய். அறியாமையிலிருந்து அனைத்து தீயபண்புகளும் வெளிப்படுகின்றன.

1226. A little learning is a dangerous thing.
அரைகுறை அறிவு ஆபத்தில் முடியும்.

1227. All our knowledge is ourselves to know.
நம்மை அறிவதே நமக்கறிவாகும்.

1228. Art and knowledge bring bread and honour.
கலையும், அறிவும் தரும் உணவும் மதிப்பும்.
1229. Half our knowledge we must snatch, not take.
நம் அறிவில் பாதியை நாம் கஷ்டப்பட்டுப் பெறவேண்டும், சுலபமாக எடுத்துக்கொள்ளக் கூடாது.
1230. He who increases knowledge increases sorrow.
அறிவைப் பெருக்குபவன் துயரத்தைப் பெருக்குவான்.
1231. Hidden knowledge differs little from ignorance.
மறைந்துள்ள அறிவுக்கும், அறியாமைக்கும் வேற்றுமை இல்லை.
1232. Knowledge begins a gentleman but it is knowledge that completes him.
அறிவே நன் மனிதனைத் தொடங்கி வைக்கிறது. ஆனால் அதுவே அவனை முழுமை அடைவிக்கிறது.
1233. Knowledge is no burden.
அறிவு ஒரு சுமை அன்று.
1234. Knowledge finds its price.
அறிவு தன் விலை அறியும்.
1235. Knowledge is silver among the poor, gold among the nobles and a jewel among princes.
அறிவு ஏழைகளிடையே வெண்பொன், பிரபுக்களிடையே செம்பொன், மன்னரிடையே அணிகலன்.
1236. Science is organised knowledge.
ஒழுங்குபடுத்தப்பட்ட அறிவே விஞ்ஞானம்.
1237. The only jewel which will not decay is knowledge.
அறிவு மட்டுமே அழியா அணிகலம்.
1238. Zeal without knowledge is fire without light.
அறிவில்லாத ஆர்வம் சுடரில்லாத நெருப்பு.

L

LABOUR - உழைப்பு

1239. Let us learn to labour and to wait.
உழைக்கக் கற்போம்; காத்திருக்கவும் கற்போம்.
1240. Labour is worship.
உழைப்பே வழிபாடு (ஆராதனை)
1241. The true success is to labour.
(அ) உண்மை வெற்றி உழைப்பிற்கே.
(ஆ) உழைப்பின் வாரா உறுதிகள் உளவோ ?
1242. Spare not your labour.
உழைப்பைத் துருப்பிடிக்க வைக்காதே.

1243. Labour conquers everything.
உழைப்பே அனைத்தையும் வெல்லும்.

LAND - நிலம்

1244. Land was never lost for want of heirs.
வாரிசுகள் இல்லாமையால் நிலம் தொலைந்ததில்லை.

1245. That which is built upon land goes with the land.
நிலத்தின் மீது கட்டியிருப்பது நிலத்தோடு போகும்.

1246. He that hath some land, must have some labour.
நிலம் வைத்திருப்பவன் கூலியாட்களும் வைத்திருக்க வேண்டும்.

LATE - தாமதம்

1247. Better late than never.
(அ) செய்யாதிருப்பதைவிட தாமதித்துச் செய்வதுமேல்.
(ஆ) போகாதிருப்பதைவிட தாமதித்துப் போவது மேல்.

1248. It is late of medicine when disease has grown strong through long delays.
அதிகத் தாமதத்தால் வலுவான நோய் மருந்தால் மெதுவாகவே தீரும்.

1249. Three o'clock is always too late or too early for anything you want to do.
மூன்று மணி என்பது செய்ய விரும்பியதைச் செய்ய எப்போதும் அதிகப் பிந்தியான அல்லது அதிகம் முந்தியான நேரம்.

LAUGH - சிரிப்பு

1250. Laugh and the world laughs with you, weep and you weep alone.
நீ சிரித்தால் உலகம் உன்னோடு சேர்ந்து சிரிக்கும். நீ அழுதால் நீ மட்டுமே அழ வேண்டும்.

1251. He laughs best who laughs last.
இறுதியில் சிரிப்பவனே நன்றாகச் சிரிப்பான்.

1252. Let them laugh that win.
வெற்றி பெற்றோர் சிரிக்கட்டும்.

1253. Laughter is the best medicine.
(அ) சிரிப்பே சிறந்த மருந்து.
(ஆ) வாய்விட்டுச் சிரித்தால் நோய் விட்டுப் போகும்.

1254. Men go laughing to heaven.
சொர்க்கத்திற்குப் போகிறவன் சிரித்துக்கொண்டே போவான்.

LAW - சட்டம்

1255. Law makers should not be law breakers.
(அ) சட்டம் இயற்றுவோர் அதை மீறுபவர்களாக இருக்கக் கூடாது.
(ஆ) விதி செய்பவன் விதியை மீறக்கூடாது.

1256. Law goes the way king directs.
மன்னன் நெறிப்படியே சட்டம் செல்லும்.

1257. Law catches flies and lets hornets to go.
ஈ யைப் பிடிக்கும் சட்டம் குளவியைக் கோட்டைவிடும்.

1258. Law cannot persuade where it cannot punish.
தண்டிக்க முடியாத சட்டம் இணக்கத்தை ஏற்படுத்தாது.

1259. Laws grind the poor and rich men rule the law.
பணக்காரன் சட்டத்தை ஆள்கிறான், ஏழை அதில் அடைபட்டுச் சாகிறான்.

1260. Laws were made for rogues.
அயோக்கியர்களுக்காக ஆக்கப்பட்டதுதான் சட்டம்.

1261. Laws were made to be broken.
உடைக்கப்படவே ஏற்பட்டது சட்டம்.

1262. One law for the rich and another for the poor.
பணக்காரனுக்கு ஒரு சட்டம், ஏழைக்கு ஒரு சட்டம்.

1263. The law devised, its evasion contrived.
சட்டம் மதியால் உருவாக்கப்படுகிறது, அதை ஏய்ப்பது சதியால் உருவாக்கப்படுகிறது.

1264. The law guards us from all evil but itself.
சட்டம் சட்டத்தைத் தவிர அனைத்திலிருந்தும் நம்மைக் காப்பாற்றுகிறது.

1265. The law is not the same at morning and night.
காலைக்கொரு சட்டம், மாலைக்கொரு சட்டம்.

1266. The laws sometime sleep but never die.
சட்டம் சில சமயம் தூங்கும்; ஆனால் ஒருபோதும் சாகாது.

1267. The more the laws, the less the justice.
சட்டம் அதிகமானால் நியாயம் குறையும்.

1268. The more the laws, the more offenders.
(அ) சட்டம் பெருகினால் குற்றமும் பெருகும்.
(ஆ) சட்டங்கள் அதிகமானால் குற்றவாளிகள் அதிகரிப்பர்.

LEARNING - கற்றல்

1269. Learn young, learn fair.
இளமையிற் கல், நேர்மையைக் கல்.

1270. It is never too late to learn.
கற்பதற்கு வயது கிடையாது.

1271. Even while they teach, they learn.
கற்பிக்கும்பொழுதே கற்கிறார்கள்.
1272. A man becomes learned by asking questions.
கேள்விகள் கேட்பவனே படிப்பாளி ஆகிறான்.
1273. Do not learn to do that from which there is no advantage.
நன்மையில்லாததைச் செய்ய கற்காதே.
1274. He who has learned unlearns with difficulty.
கற்றவன் அதை விட்டுவிடக் கஷ்டப்படுவான்.
1275. It is good to learn at other men's cost.
(அ) மற்றவர் அனுபவத்தில் கற்பது நன்று.
(ஆ) மற்றவரைப் பார்த்துக் கற்றல் நன்று.
1276. Learn from your mistakes.
உன் தவறுகளிலிருந்து நீ கற்றுக்கொள்.
1277. Learn not and know not.
(அ) கல்லாதவன் எதையும் தெரிந்து கொள்ளாதவன்.
(ஆ) கல்லாவிட்டால் தெரிந்துகொள்ள முடியாது.
1278. Learn the luxury of doing good.
நல்லது செய்யும் ஊதாரித்தனத்தைக் கற்றுக்கொள்.
1279. Learning is better than house and land.
(அ) வீட்டையும், நிலத்தையும் விடக் கற்பது மேல்.
(ஆ) கல்வியே சிறந்த செல்வம்.
1280. Learning makes a man fit companion for himself.
கல்வி மனிதனைத் தனக்கே தகுந்த தோழனாக்கும்.
1281. Learning refines and elevates the mind.
கற்றல் மனத்தைத் தூய்மைப்படுத்தி உயர்த்தி விடும்.
1282. No man learns but by pain or shame.
துன்பப்படாமலும், அவமானப்படாமலும் எவரும் கற்க முடியாது.
1283. One learns by failing.
தோற்பதால் கற்கிறோம்.
1284. Soon learnt, soon forgotten.
விரைவில் கற்றது, விரைவில் மறக்கும்.
1285. The learned man has always riches in himself.
படிப்பாளி எப்போதும் தன்னுள்ளே செல்வத்தைக் குவிப்பான்.

LEND - கடன் கொடுத்தல்

1286. Lend your money and lose your friend.
பணத்தைக் கடன்கொடுத்தால் நண்பனை இழப்பாய்.
1287. Lending nurses enmity.
கடன் கொடுப்பது பகையை வளர்க்கும்.

1288. He that lends, gives.
கடன் கொடுப்பவன், கொடுப்பவனாகிறான்.
1289. Lend only that which you can afford to lose.
இழக்கத் தயாராக இருப்பதையே கடனாகக் கொடு.
1290. He who has but one coat cannot lend it.
ஒரே ஒரு கோட்டு வைத்திருப்பவன் அதைக் கடன் கொடுக்க முடியாது.
1291. Give a loan and buy a quarrel.
கடன் கொடுத்தால் சண்டையை விலைக்கு வாங்குவாய்.

LIBERTY - சுதந்திரம்

1292. Liberty is not licence.
சுதந்திரம் எதையும் செய்யும் உரிமம் அன்று.
1293. Too much liberty spoils all.
அளவு மீறிய சுதந்திரம் அனைவரையும் கெடுக்கும்.
1294. Lean liberty is better than fat slavery.
கொழுத்த அடிமையினும், மெலிந்த சுதந்திரம் மேல்.
1295. Give me liberty or give me death.
சுதந்திரம் கொடு, இல்லையேல் மரணம் கொடு.
1296. Liberty has restraints but no frontiers.
சுதந்திரத்திற்குக் கட்டுப்பாடுகள் உண்டு. ஆனால் எல்லைகள் இல்லை.
1297. Liberty means responsibility. That's why most men dread it.
சுதந்திரம் என்பது பொறுப்புணர்வு. எனவே, அதற்கு அநேகர் அஞ்சுவர்.

LIE - பொய்

1298. Lies follow by post.
பொய்கள் விரைவாய்ப் பரவும்.
1299. One lie makes many.
ஒரு பொய்யை மெய்யாக்கப் பல பொய் வேண்டும்.
1300. Though a lie be well dressed, it is ever overcome.
கெட்டிக்காரன் புளுகு எட்டு நாள் மட்டும்.
1301. Figures will not lie, but liars will figure.
புள்ளி விவரம் பொய் சொல்லாது. ஆனால் பொய்யர் புள்ளி விவரம் சொல்வர்.
1302. One thing is certain that life flies, the rest lies.
ஒன்று நிச்சயம் வாழ்க்கை பறக்கிறது. மீதி பொய்யே.
1303. Liars should have good memory.
பொய்யர்க்குச் சிறந்த ஞாபகசக்தி வேண்டும்.

LIFE - வாழ்க்கை

1304. **Life is made of little things.**
(அ) சிறு சிறு விஷயங்களால் ஆனதே வாழ்க்கை.
(ஆ) சின்ன சின்ன ஆசை உடையதே வாழ்க்கை.

1305. **Life is a pilgrimage.**
வாழ்க்கை ஒரு புனிதப் பயணம்.

1306. **Life is short and time is swift.**
வாழ்வோ குறுகியது; காலமோ விரைகிறது.

1307. **Life begins at forty.**
வாழ்க்கை ஆரம்பமாவது நாற்பதிலே.

1308. **A good life keeps off wrinkles.**
(அ) நல்ல வாழ்க்கை சுருக்கங்களை வரவழைப்பதில்லை.
(ஆ) திரையற்ற வாழ்வே நல் வாழ்வு.

1309. **A long life hath long miseries.**
நீண்ட வாழ்க்கையில் துயரமும் தொடரும்.

1310. **As we journey through life let us live by the way.**
வாழ்க்கையில் பயணம் செய்கையில் வழியிலும் வாழ்ந்து காட்டுவோம் (அனுபவிப்போம்).

1311. **He who lives a long life must pass through much evil.**
நெடுநாள் வாழ்பவன் கொடுந் தீமை கடக்க வேண்டும்.

1312. **Life is half spent before one knows what life is.**
வாழ்க்கை என்ன என்று தெரிந்துகொள்வதற்குள் பாதி வாழ்க்கை கழிந்து விடுகிறது.

1313. **Life is not measured by the time we live.**
ஆயுளால் வாழ்க்கை அளக்கப்படுவதில்லை.

1314. **Life is short, yet sweet.**
வாழ்க்கை குறுகியதே ஆனாலும் இனிது.

1315. **The longest life is but a parcel of moments.**
நெடிய வாழ்க்கையும் நொடிகளின் பகுதிகளே.

1316. **Life is not a bed of roses.**
(அ) வாழ்க்கை சுகபோகமானதன்று.
(ஆ) வாழ்க்கை ரோஜா மலர்ப் படுக்கை அன்று.

LIGHT - விளக்கு ஒளி

1317. **Lead kindly light amid the encircling gloom.**
சூழ்ந்த காரிருளில் விளக்கே அன்புடன் நடத்திச்செல்.

1318. **Walk while you have light lest darkness comes upon you.**
ஒளி இருக்கையில் நட, இல்லையேல் இருள் சூழ்ந்துவிடும்.

1319. A light purse makes a heavy heart.
   (அ) வறுமை இதயத்தை கனக்கச் செய்கிறது.
   (ஆ) கனமில்லாத பணப்பை இதயத்தைக் கனமாக்குகிறது.
1320. Perhaps being old is having lighted room inside your heart.
   முதுமையிருப்பதன் பொருள் இதயத்தில் ஞான ஒளி பெற்றுள்ளாய் என்பதாகும்.
1321. The light shines in darkness and the darkness comprehends it not.
   ஒளி இருளில் ஒளிர்கிறது, இருள் அதைப் புரிந்துகொள்வதில்லை.

LITTLE - சிறியது

1322. Little drops of water make the mighty ocean.
   சிறு துளி பெருவெள்ளம்.
1323. Little strokes fell great oaks.
   (அ) சிறிய வெட்டுகளால் பெருமரமும் சாயும்.
   (ஆ) சிற்றுளியால் மலையும் தகரும்.
1324. Little things affect little minds.
   அற்ப விஷயங்களே சிறிய மனங்களை உலுக்கும்.
1325. A little knowledge is a dangerous thing.
   அரைகுறை அறிவு ஆபத்தானது.
1326. A little body often harbours a great soul.
   (அ) உடல் சிறியராயினும் மனம் பெரியர்.
   (ஆ) சிற்றுடலிலும் பெருமனம் குடியிருக்கும்.
   (இ) மூர்த்தி சிறிது, கீர்த்தி பெரிது..............

LIVE - வாழ்தல்

1327. Live and let live,
   வாழு, வாழ விடு.
1328. Live not for time, but eternity.
   காலத்திற்காக வாழாதே, நின்று நிலைப்பதற்காக வாழ்.
1329. The way to live much is to live well betimes.
   காலத்திற்கேற்ப நன்கு வாழ்வதே அதிகம் வாழும் வழியாகும்.
1330. They live too long whose happiness outlive.
   மகிழ்ச்சியை மறந்திருக்கும் காலம் வரை வாழ்ந்தவர்களே, நீண்ட காலம் வாழ்ந்தவர்கள்.
1331. Those who live longest will see most.
   நெடிது வாழ்பவன் நிறையப் பார்ப்பான்.
1332. Who lives well sees afar off.
   நன்றாக வாழ்பவன் தொலைநோக்கு உடையவன்.

1333. Who lives will see.
வாழ்கிறவர்கள் காண்பார்கள்.

LORD - இறைவன்

1334. The fear of the Lord is the beginning of wisdom.
இறை அச்சமே அறிவின் தொடக்கம்.

1335. The Lord is my light and my salvation.
இறைவனே எனது ஒளியும், முக்தியும்.

1336. Whom the Lord loveth, he chasteneth.
கடவுளால் விரும்பப்படுவோர் தண்டித்துத் திருத்தப்படுவர்.

1337. The Lord prefers common-looking people. That is why he makes so many of them.
சாதாரண மக்களையே ஆண்டவன் அதிகம் விரும்புகிறார், அதனாலேயே சாதாரண மக்களை அதிகம் படைக்கிறார்.

LOSE - தொலைத்தல்

1338. All is lost save honour.
கௌரவம் தவிர அனைத்தும் தொலைந்து போகலாம்.

1339. After having lost everything I found myself.
எல்லாம் இழந்தபின் என்னைக் கண்டேன்.

1340. The true paradises are the paradises we have lost.
நாம் இழந்துவிட்ட சொர்க்கங்களே உண்மையான சொர்க்கங்கள்.

1341. Though lovers be lost, love shall not.
காதலர்கள் தொலைந்தாலும் காதல் தொலையாது.

LOVE - காதல்

1342. As is the love so is the beloved.
காதலைப் போன்றே காதலிக்கப்பட்டவரும் இருப்பர்.

1343. Esteem and love were never to be sold.
மதிப்பும் காதலும் ஒருபோதும் விற்பனைச் சரக்கல்ல.

1344. Fanned fire and forced love never did well yet.
விசிறிய தீயும் கட்டாயக் காதலும் இன்றுவரை நன்கு நடைபெற்றதில்லை.

1345. For love the wolf eats the sheep.
(போலி) அன்புக்காகவே ஓநாய் ஆட்டை விழுங்குகிறது.

1346. Gold and love affairs are hard to hide.
பொன்னையும் காதல் விவகாரத்தையும் மூடி மறைத்திட முடியாது.

1347. He loves thee well who makes thee weep.
அழ வைப்பவனே நன்கு காதலிப்பான்.

1348. He loves well who chastises well.
(அ) எவன் நன்கு தண்டிக்கிறானோ அவனே நன்கு காதலிப்பான்.
(ஆ) அடிக்கிற கையே அணைக்கும்.

1349. He loves well who never forgets.
ஒருபோதும் மறக்காதவனே நன்கு காதலிப்பவன்.

1350. Hot love is hasty vengeance.
உணர்ச்சிமிக்க காதல் அவசரப் பழி தீர்த்தல்.

1351. Love abounds in honey and poison.
தேனிலும், விஷத்திலும் காதல் மிகுந்திருக்கும்.

1352. Love and faith are seen in works.
பணிகளில் பார்க்கலாம் நேசத்தையும், விசுவாசத்தையும்.

1353. Love begets love.
காதல் பெற்றெடுத்திடும் காதல்.

1354. Love but laughs at lover's perjury.
காதலரின் பொய் வாக்குறுதி காதலைச் சிரிக்கவே வைத்திடும்.

1355. Love fears no danger.
(அ) "கண்ணின் கடைப்பார்வை காதலியர் காட்டிவிட்டால் மண்ணில் குமரர்க்கு மாமலையும் ஓர் கடுகாம்".
(ஆ) காதல் ஆபத்திற்கு அஞ்சுவதில்லை.

1356. Love grows with obstacle.
தடைகள் காதலை வளர்க்கும்.

1357. Love is blind.
காதலுக்குக் கண் இல்லை.

1358. Love knows hidden paths.
மறைந்துள்ள பாதைகளை காதல் அறியும்.

1359. Love is never without jealousy.
பொறாமையின்றிக் காதல் இல்லை.

1360. Love will find the way.
(அ) மனம் இருந்தால் மார்க்கமுண்டு.
(ஆ) காதல் வழியைக் கண்டுபிடிக்கும்.

1361. Old love does not rust.
பழங்காதல் துருப்பிடிக்காது (பளபளக்கும்)

1362. No love without bread and wine.
உணவும், மதுவுமின்றிக் காதல் இல்லை.

1363. The soul is not where it lives but where it loves.
ஆன்மா வாழ்கின்ற இடத்தில் இல்லை, காதலிக்கும் இடத்தில்தான்.

1364. Whom we love best, to them we can say least.
யாரை அதிகம் நேசிக்கிறோமோ அவரிடம் குறைவாகவே சொல்கிறோம்.

1365. Where we do not respect we cease to love.
மதிப்பில்லாத இடத்தில் காதல் போய்விடும்.

1366. Love is divine.
   காதல் தெய்வீகமானது.

LOYALTY - விசுவாசம்

1367. No man can serve two masters.
   இரு எஜமானர்களின் கீழ் எவரும் வேலை செய்ய முடியாது.
1368. Loyalty is worth more than money.
   விசுவாசமே பணத்தினும் மதிப்பு வாய்ந்தது.
1369. Dog does not eat dog.
   (அ) நாய் நாயைத் தின்னுமா ?
   (ஆ) மனிதன் மனிதனைத் தின்று பிழைத்திடலாமா ?
1370. One thief will not rob another.
   ஒரு திருடன் இன்னொரு திருடனிடம் திருடமாட்டான்.
1371. You cannot run with the hare and hunt with the hound.
   முயலோடு ஓடுபவன் நாய்கொண்டு வேட்டையாட முடியாது.

LUCK - அதிர்ஷ்டம்

1372. You never know your luck.
   (அ) உன் அதிர்ஷ்டம் உனக்குத் தெரியாது.
   (ஆ) தன் அதிர்ஷ்டம் தனக்குத் தெரியாது.
1373. Lucky man needs no counsel.
   அதிர்ஷ்டக்காரனுக்கு ஆலோசனை தேவை இல்லை.
1374. Good luck reaches further than long arms.
   அதிர்ஷ்டம் கூரையைப் பிய்த்துக்கொண்டு கொடுக்கும்.
1375. Every dog has his day.
   யானைக்கு ஒரு காலம், பூனைக்கும் ஒரு காலம் வரும்.
1376. An ounce of luck is worth a pound of wisdom.
   ஒரு கிலோ ஞானத்தைவிட ஒரு கிராம் அதிர்ஷ்டம் மதிப்பானது.
1377. Better be born lucky than wise.
   புத்திசாலியாய்ப் பிறப்பதைவிட அதிர்ஷ்டக்காரனாய்ப் பிறப்பது மேல்.
1378. Bad luck often brings good luck.
   துரதிருஷ்டம் பெரும்பாலும் அதிர்ஷ்டத்தைக் கொண்டுவரும்.

M

MAN - மனிதன்

1379. A man among children will become a child.
   குழந்தைகளுக்கு இடையே மனிதன் விரைவில் குழந்தையாய் விடுவான்.

1380. A man at five may be a fool at fifteen.
ஐந்து வயதில் மனிதனாயிருப்பவன் 15 வயதில் முட்டாளாவான்.
1381. As the boy, so the man.
சிறுவன் எப்படி மனிதன் அப்படி.
1382. No man is born wise.
பிறவிப் புத்திசாலி எவனும் இல்லை.
1383. The remedy is worse than the disease.
நோயைவிடப் பரிகாரம் மோசமாக இருக்கிறது.
1384. No man is so old but thinks he may live another day.
நாளையும் உயிர் வாழ்வோம் என்று நினைப்பவனை தவிர வயோதிகன் எவனும் இல்லை.
1385. Men are but children of larger growth.
மனிதர்கள் வளர்ந்த பிள்ளைகளே.
1386. Man has his will, but woman has her way.
ஆணுக்குத் தன் உறுதியுண்டு; பெண்ணிற்குத் தன் வழியுண்டு.
1387. A man can die but once.
ஒருமுறை மட்டுமே மனிதன் இறப்பான்.
1388. Man is the master of things.
மனிதனே விவகாரங்களின் நாயகன்.
1389. Man is a social animal.
மனிதன் ஒரு சமுதாய விலங்கு.
1390. Man is a noble animal.
மனிதன் ஓர் உத்தம விலங்கு.

MANNERS - நடத்தை

1391. Manners maketh a man.
நடத்தையே மனிதனை உருவாக்குகிறது.
1392. Manners often make fortune.
நடத்தையே பெரும்பாலும் அதிர்ஷ்டத்தை உருவாக்கும்.
1393. Meat is much but manners is more.
உணவு முக்கியம், நடத்தை அதைவிட முக்கியம்.
1394. Bad manners bring bad luck.
தீய நடத்தை துரதிர்ஷ்டத்தைக் கொண்டுவரும்.
1395. Men are judged by manners.
(அ) நடத்தையாலேயே மனிதனை மதிப்பிடுவர்.
(ஆ) நடத்தையே மனிதர்க்கு உரைகல்.

MAJORITY - பெரும்பான்மை

1396. One with law is majority.
சட்டத்தோடு ஒன்றியிருப்பதே பெரும்பான்மை.

1397. Majority has authority.
பெரும்பான்மை கையில் அதிகாரம்.

1398. The majority has the might.
பெரும்பான்மையே வலிமை.

MARRIAGE - திருமணம்

1399. Marriages are made in heaven.
திருமணங்கள் சொர்க்கத்தில் நிச்சயிக்கப்படுகின்றன.

1400. Marry and grow tame.
கால்கட்டுப் போட்டால் பெட்டிப் பாம்பு.

1401. Marriage is a lottery.
திருமணம் ஒரு குலுக்கல் சீட்டு.

1402. Marriage has its pain, but a bachelor's life has no pleasure.
திருமண வாழ்வில் கஷ்டமுண்டு ஆனால் பிரம்மச்சாரி வாழ்வில் இன்பமில்லை.

1403. Wedlock is a padlock.
(அ) திருமணம் ஒரு கொண்டிப்பூட்டு.
(ஆ) திருமணம் ஒரு சிறை.

1404. Marry with your match.
(அ) பொருத்தமானவளைத் திருமணம் செய்.
(ஆ) பொருத்தம் பார்த்துத் திருமணம்புரி.

MERRY - மகிழ்ச்சி

1405. A merry heart goes all the day.
மகிழ்ச்சியான இதயம் நாளெல்லாம் நன்கு இயங்கும்.

1406. As merry as the day is long.
நாள் நீளும் வரை நீளும் மகிழ்ச்சி போல.

1407. Be merry and wise.
சந்தோஷமாகவும், புத்திசாலியாகவும் இரு.

1408. The more the merrier.
நிறைய செல்வம், நீண்ட சந்தோஷம்.

1409. All are not merry that dance lightly.
நளினமாய் நடனம் ஆடுவோர் எல்லாம் மகிழ்ச்சியாய் இருப்பதில்லை.

1410. A merry host makes merry guests.
சந்தோஷமாக விருந்தளிப்பவன் சந்தோஷமான விருந்தாளிகளைப் பெறுவான்.

MEASURE - அளவு

1411. Measure for measure.
   (அ) சரிக்குச் சரி, பழிக்குப் பழி
   (ஆ) அதுக்கு இது சரியாய்ப் போச்சு

1412. Measure is treasure.
   (அ) அளவறிந்து வாழ்வதே வாழ்க்கை.
   (ஆ) அளவுடன் இருப்பதே செல்வம்.

1413. Man is the measure of all things.
   மனிதனே அனைத்துக்கும் அளவுகோல் ஆவான்.

1414. Moderate measure succeeds best.
   அளவறிந்த நடவடிக்கை சிறப்பாக வெற்றிபெறும்.

MIGHT - வலிமை

1415. Might is right.
   (அ) வல்லான் வகுத்ததே வாய்க்கால்.
   (ஆ) வலிமையே சரியானது.

1416. To be wise and love exceeds man's might.
   அறிவும், அன்பும் மனிதன் வலிமையை விஞ்சும்.

MIND - மனம்

1417. Great minds discuss ideas, average minds discuss events, small minds discuss people.
   பெரிய மனங்கள் கருத்துக்களை அலசும், சராசரி மனங்கள் நிகழ்ச்சிகளை அலசும், அற்ப மனங்கள் மனிதர்களை அலசும்.

1418. A wise man changes his mind, a fool never.
   அறிவாளி மனத்தை மாற்றிக்கொள்வான், முட்டாள் ஒருபோதும் மாட்டான்.

1419. A sound mind in a sound body.
   திட உடலிலேயே திடமான மனம்.

1420. The mind has a thousand eyes and the heart but one.
   மனதிற்கு ஆயிரம் கண்களுண்டு, இதயத்திற்கு ஒன்றே ஒன்று.

1421. A mind quite vacant is a mind quite distressed.
   முற்றிலும் சூனியமான மனம் முற்றிலும் துயருற்ற மனம்.

1422. A well prepared mind hopes in adversity and fears in prosperity.
   நன்கு ஆயத்தமான மனம் வறுமையில் நம்பிக்கை கொள்ளும், செல்வத்தில் அஞ்சும்.

1423. Great minds think alike.
மாபெரும் மனங்கள் ஒரே விதமாகச் சிந்திக்கும்.

1424. It is the mind that makes the body rich.
உள்ளமே உடலைச் செழிப்பாக்கும்.

1425. The mind is the man.
மனத்தளவே மனிதன்.

1426. The rust of the mind is the blight of genius.
(அ) மனத்தின் துருவே மேதமையின் நலிவு.
(ஆ) மனம் செயலிழந்தால் மேதை தோன்றான்.

1427. Travel broadens the mind.
பயணம் உள்ளத்தை விசாலமாக்கும்.

MISERLINESS - கஞ்சத்தனம்

1428. Fools live poor to die rich.
முட்டாள்கள் பணக்காரனாய்ச் சாகவே ஏழையாய் வாழ்கிறார்கள்.

1429. Poverty wants many things, and avarice all.
வறுமைக்குப் பல பொருட்கள் தேவை, பேராசைக்கு எல்லாம் தேவை.

1430. Little good comes of gathering.
குவித்து வைப்பதால் நன்மை குவியாது.

MONEY - பணம்

1431. A man without money is a bow without an arrow.
பணம் இல்லாத மனிதன் அம்பு இல்லாத வில்

1432. All powerful money gives birth and beauty.
சர்வ வல்லமை படைத்த பணம் குலமும் அழகும் தரும்.

1433. Bad money always comes back.
செல்லாக்காசு எப்போதும் திரும்பிவரும்.

1434. Money does not stay in a single place.
(அ) ஆறிடும் மேடும் மடுவும் போல் ஆம் செல்வம்.
(ஆ) ஓரிடத்தில் நில்லாமல் செல்வதே செல்வம்.

1435. He that hoards up money takes pain for other men.
பணத்தைப் பதுக்கி வைப்பவன் பிறருக்காக உழைப்பவன்.

1436. If money be not thy servant it will be thy master.
பணத்தை ஏவலனாக வைத்திருக்காவிட்டால் அது உன் எஜமானாகிவிடும்.

1437. Mention money and the world is silent.
பணத்தால் உலகத்தின் வாயை அடைத்துவிடலாம்.

1438. Money amassed either serves or rules us.
பணம் நமக்குப் பயன்படும் அல்லது நம்மை அதிகாரம் செய்யும்.

1439. Money answers all things.
பணம் எல்லாவற்றுக்கும் பதில் சொல்லும்.

1440. Money in whatever hands will confer power.
பணம் யாரிடம் இருந்தாலும் அதிகாரம் அளிக்கும்.

1441. No money, No fear.
பணம் இல்லை, பயமும் இல்லை.

1442. Money is power.
பணமே சக்தி.

1443. Money is the best bait to fish for man with.
(அ) பணம் எனும் தூண்டில் இரை மனிதனைப் பிடிக்கலாம்.
(ஆ) பணத்தால் மனிதனை விலைக்கு வாங்கலாம்.

1444. Money is the fruit of evil as often as the root of it.
தீமையின் பலனே பணம், அதுவே அதன் மூலமும் ஆகும்.

1445. Money is the soul of business.
வாணிபத்தின் உயிர்நாடி பணம்.

1446. Money is wise, it knows its own way.
பணம் புத்திசாலித்தனமானது, அதன் வழி அதற்குத் தெரியும்.

1447. Money taken, freedom forsaken.
பணம் பெற்றால் சுதந்திரம் பறிபோகும்.

1448. Money is the very life and blood of mortals.
(அ) பணம் இல்லாதவன் பிணம்.
(ஆ) பணம் உள்ளவனே உயிருடன் உள்ளவன்.

MUSIC - இசை

1449. Music is the food of love.
இசையே காதலின் உணவு.

1450. Music is love in search of words.
வார்த்தைகள் தேடும் காதலே இசை.

1451. Music is the universal language of mankind.
(அ) இசைக்கு மொழியில்லை.
(ஆ) மனித இனத்தின் மொழியே இசை.

1452. Music is the medicine of a breaking heart.
உடைந்த உள்ளத்திற்கு உகந்த மருந்து இசையே.

1453. Without music life would be a mistake.
இசையில்லாவிட்டால் வாழ்க்கை பிழைபடும்.

1454. Music helps not the toothache.
பல் வலிக்கு பாட்டு உதவாது.

1455. Music is the shorthand of emotion.
உணர்ச்சியின் சுருக்கெழுத்தே இசை.

N

NAME - பெயர்

1456. What's in a name?
(அ) பெயரில் என்ன இருக்கிறது.
(ஆ) சர்க்கரையை எந்தப் பெயரில் அழைத்தாலும் அது இனிக்கவே செய்யும்.

1457. A man lives a generation; a name to the end of all generations.
மனிதன் ஒரு தலைமுறை அளவு வாழ்வான்; பெயர் தலைமுறைகள் முடியும்வரை வாழும்.

1458. Names and nature do often agree.
பெயர்களும், இயல்பும் பெரும்பாலும் ஒத்துப் போம்.

1459. A rose by any other name would smell as sweet.
எந்தப் பெயர் இட்டாலும் ரோஜா இனிதே மணக்கும்.

NATURE - இயற்கை, இயல்பு

1460. Nature is the true law.
இயற்கையே உண்மை நியதி.

1461. Nature hates sudden changes.
திடீர் மாற்றங்களை இயற்கை வெறுக்கும்.

1462. Nature does nothing in vain.
இயற்கை எதையும் பயனின்றிச் செய்யாது.

1463. Nature will have her course.
இயற்கை தன் வழியே செல்லும்.

1464. Nature is content with a little.
இயற்கை சிறிதளவுடன் திருப்தியுறும்.

1465. Nature abhors a vacuum.
வெற்றிடத்தை இயற்கை வெறுக்கும்

NECESSITY - இன்றியமையாமை, தேவை

1466. Necessity is the mother of invention.
தேவையே கண்டுபிடிப்பின் தாய்.

1467. Necessity is a powerful weapon.
தேவை ஒரு சக்தி நிறைந்த ஆயுதம்.

1468. Necessity knows no law.
தேவை விதிமுறை அறியாதது.
1469. Necessity is the best advisor.
தேவையே சிறந்த ஆலோசகன்.

NEED - தேவை

1470. The more goods a man has, the more he thinks he needs.
பொருட்கள் மிகுந்துள்ள மனிதன், இன்னும் தேவை என நினைப்பான்.
1471. They need much whom nothing will content.
(அ) எதிலும் திருப்தி தராதவருக்கு அதிகம் தேவைப்படும்.
(ஆ) போதும் என்ற மனமே பொன் செய்யும் மருந்து.
1472. From each according to his abilities, to each according to his needs.
திறமைக்கேற்றபடி பெறு, தேவைக்கேற்றபடி கொடு.

NEIGHBOUR - அக்கம்பக்கத்தார்

1473. A good neighbour, a good morrow.
அடுத்த வீட்டுக்காரன் நல்லவனானால் எதிர்காலம் நன்றாக இருக்கும்.
1474. Good fences make good neighbours.
நல்ல வேலியே நல்ல அண்டைவீட்டுக்காரர்களாக்கும்.
1475. To have a good neighbour is to find something precious.
நல்ல அண்டைவீட்டுக்காரன் விலைமதிப்பற்றவன்.
1476. He is an ill neighbour that is not missed.
தன் தேவையுணர வைக்காதவன் மோசமான அயல் வீட்டுக்காரன்.

NEVER - ஒருபோதும்

1477. Never say die.
சாவேன் என்று ஒருபோதும் சொல்லாதே.
1478. East is east and west is west, and never the twain shall meet.
கிழக்கு கிழக்குதான்; மேற்கு மேற்குதான்; இரண்டும் ஒருபோதும் சந்திக்காது.
1479. It is never too late to mend.
(அ) எப்போதும் திருந்தலாம்.
(ஆ) திருந்துவதற்கு எப்போதும் காலம் கடந்துவிடாது.

NEWS - செய்தி

1480. No news is good news.
செய்தியின்மை நல்லதொரு செய்தி.

1481. News is like fish.
நழுவும் மீன் போன்றது செய்தி.

1482. Bad news travels fast.
கெட்ட செய்தி அதிவிரைவில் பரவும்.

1483. Ill news comes unsent for.
அழைக்காமலேயே கெட்ட செய்தி வந்து சேரும்.

1484. Stay a little, and news will find you.
சிறிது தங்கினால் செய்தி கண்டிடும்.

NOTHING - எதுவும் இல்லை

1485. Nothing lasts for ever, everything passes away, only eternity counts.
எதுவும் நிலைத்திருப்பதில்லை, எல்லாம் மாயை; துறக்கமே முக்கியம்.

1486. There's nothing new under the sun.
(அ) உலகத்தில் எதுவும் புதியதில்லை.
(ஆ) உலகத்திற்கு எதுவும் புதியதில்லை.

1487. Doing nothing is one's curse.
ஒன்றும் செய்யாமையே ஒருவனுக்கு சாபக்கேடு.

1488. Nothing comes out of nothing.
வெறுமையிலிருந்து ஒன்றும் வருவதில்லை.

1489. And all for love and nothing for reward.
எல்லாம் அன்புக்கே; கைம்மாறு கருதி அல்ல.

1490. A smattering of everything and a knowledge of nothing.
நுனிப்புல் மேய்தலால் எதையும் முழுதாக அறியமுடியாது.

O

OBEDIENCE - கீழ்ப்படிதல்

1491. Do as I say, not as I do.
நான் சொல்வது போல் செய், செய்வது போல் அன்று.

1492. Obedience is the first duty of a soldier.
கீழ்ப்படிதலே ஒரு போர் வீரனின் முதல் கடமை.

1493. He that cannot obey, cannot command.
கீழ்ப்படிய இயலாதவன் ஆணையிட இயலாது.

1494. Obedience is seen much more in little things than in great.
பெரிய விஷயங்களைவிட சிறிய விஷயங்களில்தான் கீழ்ப்படிதல் அதிகமாகக் காணப்படுகிறது.

1495. Do as you are bidden and you'll never bear the blame.
கட்டளையிட்டதுபோல் செய்தால் பழியைத் தாங்க வேண்டாம்.

OCCUPATION - தொழில், வேலை

1496. An occupation is as good as land.
தொழில் நிலத்தைப் போன்றே நல்லது.

1497. Do have a good trade, though all waters may wade.
(அ) அலைகடலில் அலைந்தாலும் நல்ல வாணிபம் செய்.
(ஆ) திரைகடல் ஓடியும் திரவியம் தேடு.

1498. One potter envies another.
(அ) ஒரு குயவன் மற்றவனைப் பார்த்துப் பொறாமைப்படுவான்.
(ஆ) தொழிலில் பொறாமை இல்லாமல் இராது.

1499. Let the cobbler stick to his last.
செய் தொழிலைத் திருந்தச் செய்.

1500. Millers are the last to die of famine.
(அ) மாவு அரைப்பவன் பஞ்ச காலத்தில் இறுதியில்தான் இறப்பான்.
(ஆ) மாவரைப்பவன் திருடாமல் இரான்.

1501. Tailors and writers must mind the fashion.
தையற்காரரும் எழுத்தாளரும் காலத்தின் பாணியைக் கவனிக்க வேண்டும்.

1502. Sailors have a port in every storm.
(அ) ஒவ்வொரு புயலிலும் கப்பல் மாலுமிக்கு ஒரு துறைமுகம் கிடைக்கும்.
(ஆ) தொழிலில் ஆபத்துக் காலத்தில் பாதுகாப்புத் தேடல் மிக அவசியம்.

1503. Soldiers in peace are like chimneys in summer.
சமாதான காலத்துச் சிப்பாய் கோடைக் காலத்துக் கணப்பு போன்றவன்.

1504. One year a nurse and seven years the worse.
ஓராண்டு நற்பணி, அடுத்த ஏழு ஆண்டுகள் படுமோசமான பணி.

OLD AGE - முதுமை

1505. An old cat laps as a young kitten.
கிழப் பூனையும் குட்டிப் பூனை போல் நடிக்கும்.

1506. An old dog bites sore.
கிழ நாய் புண்ணைக் கடிக்கும்.

1507. An old dog does not bark for nothing.
கிழ நாய் சும்மா குரைக்காது.

1508. An old fox needs no craft.
கிழட்டு நரிக்குத் தந்திரம் கற்பிக்க வேண்டுமா ?

1509. An old lion is better than a young ass.
வாலிபக் கழுதையை விடக் கிழச் சிங்கம் மேல்.

1510. An old man is a bed full of bones.
படு கிழவன் எலும்புக் கூடாய்க் காட்சியளிப்பான்.

1511. An old man never wants a tale to tell.
கிழவன் ஒருபோதும் கதை சொல்ல விரும்பான்.
1512. An old man's sayings are seldom untrue.
கிழவனின் மொழிகள் பொய்யாவது அரிது.
1513. An old ox will find shelter for himself.
கிழ எருதிற்கு இருப்பிடம் தேடித்தர வேண்டாம்.
1514. Old age brings companions with it.
வயோதிகம் தன்னுடன் துணைவர்களைக் கொண்டுவரும்.
1515. Old age comes uncalled.
வயோதிகம் அழைக்காமலே வந்துசேரும்.
1516. Old men are twice the children.
வயோதிகர்கள் இருமடங்குக் குழந்தைகள்.
1517. Old people see best in the distance.
முதியோர் தொலைநோக்கில் சிறந்தவர்கள்.
1518. The old forget, the young don't know.
முதியோர் மறப்பர், இளையோருக்குத் தெரியாது.
1519. The old man's counsel is half deed.
முதியோர் புத்திமதி பாதிச் செயல்.
1520. What the old man does is always correct.
முதியோர் செய்வது எப்போதும் சரியே.

OPPORTUNITY - வாய்ப்பு

1521. Opportunity seldom knocks twice.
வாய்ப்பு இருதரம் கதவைத் தட்டாது.
1522. The tide must be taken when it comes.
ஏற்றம் வரும்போது ஏற்றல் வேண்டும்.
1523. When fortune smiles, embrace her.
அதிர்ஷ்ட தேவதை சிரிக்கும்பொழுது ஆரத் தழுவு.
1524. Put out your tubs when it is raining.
மழை பொழியும்பொழுது தொட்டியில் நீர் பிடி.
1525. Strike the iron while it is hot.
(அ) இரும்பு சூடாக இருக்கும்பொழுதே சம்மட்டியால் அடி.
(ஆ) காற்றுள்ளபோதே தூற்றிக்கொள்.
1526. Time and tide wait for none.
(அ) அய்யர் வரும் வரை அமாவாசை காத்திருக்குமா ?
(ஆ) காலமும் அலையும் யாருக்கும் காத்திராது.

OPTIMISM - நன்னம்பிக்கை

1527. After a storm comes a calm.
புயலுக்குப் பின் அமைதி வரும்.

1528. He that falls today may rise tomorrow.
இன்று வீழ்பவன் நாளை எழுவான்.

1529. Nothing so bad but it might have been worse.
தலைக்கு வந்தது தலைப்பாகையோடு போயிற்று.

1530. There is a good time coming.
நல்ல காலம் வந்தே தீரும்.

1531. After black clouds, clear weather.
கறுத்த மேகங்களுக்குப் பின் வானிலை தெளிவாகும்.

1532. A foul morning may turn to be a fair day.
மோசமான காலையும் நல்ல பகல் ஆகலாம்.

1533. The longest day has an end.
நீண்ட நாளுக்கும் முடிவு உண்டு.

1534. Even the weariest river winds somewhere safe to sea.
சுற்றிக் களைத்த நதியும் பத்திரமாகக் கடலை அடையும்.

1535. If winter comes can spring be far behind?
குளிர்காலம் வந்துற்றால் இளவேனில் தொலைவிலா ?

P

PAIN - வலி

1536. Man endures pain as an undeserved punishment.
நியாயமற்ற தண்டனையாகவே மனிதன் வலியைத் தாங்குகிறான்.

1537. Women endure pain as a natural heritage.
மரபுவழிச் சொத்தைப்போல் பெண்கள் வலியைத் தாங்குகிறார்கள்.

1538. Let pain deserved without complaint be borne.
நியாயமான வலி குறை சொல்லப்படாமல் பொறுத்துக்கொள்ளப்பட வேண்டும்.

1539. Pain is the beginning and the end of life.
வலியே வாழ்க்கையின் தொடக்கமும் முடிவும்.

1540. The pain of the mind is worse than the pain of the body.
உடல் வேதனையைவிட மன வேதனை மோசமானது.

1541. Pain is past pleasure.
கடந்த இன்பமே வலியெனலாகும்.

1542. You purchase pain with all that joy can give.
இன்பத்தால் துன்பத்தை விலை கொடுத்து வாங்குகிறாய்.

PARENTS - பெற்றோர்

1543. The hand that rocks the cradle rules the world.
தொட்டிலை ஆட்டும் கரம் உலகை ஆளும்.

1544. Next to God are parents.
(அ) கடவுளுக்கு அடுத்தபடி பெற்றோர்.
(ஆ) அன்னையும் பிதாவும் முன்னறி தெய்வம்.

1545. Parents are patterns.
பெற்றோரே முன்மாதிரி.

1546. Everything is dear to its parents.
காக்கைக்குத் தன் குஞ்சு பொன்குஞ்சு.

1547. The first half of our life is ruled by our parents, the second half by children.
நம் வாழ்க்கையின் முன்பாதி பெற்றோர் சொற்படி, பின் பாதி மக்கள் சொற்படி.

PART - பிரிவு

1548. To meet, to know, to love and then to part.
சந்தி, அறி, நேசி பிறகு பிரி.

1549. Some weep because they part.
பிரிவால் சிலர் அழுகிறார்கள்.

1550. All are parts of one stupendous whole.
அனைத்தும் மிகப் பெரிய முழுமையின் பகுதிகளாகும்.

1551. Life is full of meetings and partings.
சந்திப்புகளும், பிரிவுகளும் நிறைந்ததே வாழ்க்கை.

1552. Parting is such a sweet sorrow for lovers.
பிரிவு காதலர்க்கு இனிய சோகம்.

PASSION - உணர்ச்சி

1553. Passion conquers reason.
உணர்ச்சி அறிவைக் கீழ்ப்படுத்தும்.

1554. Passion is madness.
மனநலமின்மையே உணர்ச்சி.

1555. The end of passion is the beginning of repentance.
உணர்ச்சியின் முடிவில் வருந்துதலின் தொடக்கம்.
1556. Passion alone can make us surpass ourselves.
உணர்ச்சி மட்டுமே தன்னை விஞ்சச் செய்யும்.
1557. We are never like angels till our passions die.
உணர்ச்சிகள் இறக்கும் வரை நாம் தேவதைகள் அல்ல.

PAST - கடந்த காலம்

1558. The past is a bucket of ashes.
(அ) கடந்த காலம் ஒரு வாளிச் சாம்பல்.
(ஆ) கடந்த காலம் பயனற்றது.
1559. Past is great compared with future.
எதிர்காலத்துடன் ஒப்பிட்டால் கடந்த காலம் பெரிது
1560. There is no use crying over spilt milk
(அ) சிந்திவிட்ட பாலுக்கு அழுவதில் பயனில்லை.
(ஆ) செய்துமுடிந்த காரியத்திற்கு வருந்துவதில் என்ன பயன் ?
1561. Let bygones be bygones.
கடந்தவை கடந்தவையாக இருக்கட்டும்.
1562. What is past is gone.
சென்றது இனி மீளாது.

PATIENCE - பொறுமை

1563. Patience is remedy for every grief.
ஒவ்வொரு துயருக்கும் பொறுமையே தீர்வு.
1564. A little impatience will spoil great plans.
பெருந்திட்டங்கள் சிறிது பொறுமையின்மையால் சிதறிவிடும்.
1565. He that can stay, obtains.
(அ) பொறுமையாக இருக்கத் தெரிந்தவனுக்குக் கிடைக்கும்.
(ஆ) பொறுத்தார் பூமி ஆள்வார்.
1566. Everything comes to him who waits.
காக்கத் தெரிந்தவனுக்குக் காரியம் கைகூடும்.
1567. Patient man wins the day.
பொறுமைசாலியே வெற்றி பெறுவான்.
1568. Patience is a flower that grows not in everyone's garden.
ஒவ்வொருவரின் தோட்டத்திலும் மலரும் மலரன்று பொறுமை.
1569. Patience is the art of hoping.
நம்பிக்கைக் கலையே பொறுமை.

1570. Patience is plaster for all sour.
பொறுமை எல்லாப் புண்களையும் ஆற்றும் கட்டு.
1571. He that can have patience, can have what he will.
வேண்டியது கிடைக்கும் பொறுத்திருப்போர்க்கு.
1572. Patience is a virtue.
பொறுமை ஒரு நற்பண்பு.

PAYING - கொடுத்தல்

1573. Service without reward is punishment.
கூலியில்லா வேலை கொடுந் தண்டனை.
1574. Sweet appears sour when we pay.
(அ) நாம் கொடுக்கும்பொழுது இனிப்பு புளிப்பாகத்தான் தோன்றும்.
(ஆ) எதிர்பார்ப்பதையெல்லாம் கொடுத்துவிட முடியாது.
1575. A good paymaster needs no surety.
கூலி நன்றாகக் கொடுப்பவனுக்கு உத்தரவாதம் தேவையில்லை.
1576. He who pays the piper calls the tune.
ஊதியம் கொடுப்பவன் உழைப்பை வாங்குவான்
1577. If you pay peanuts, you get monkeys.
(அ) கூலிக்கேற்ற வேலையாள்.
(ஆ) நிலக்கடலையைக் கூலியாகக் கொடுத்தால் குரங்குதான் கிடைக்கும்.
1578. If you pay not a servant his wages, he will pay himself.
வேலையாளுக்குக் கூலி கொடாவிட்டால் அவன் தனக்குத் தானே எடுத்துக்கொள்வான்.

PEACE - அமைதி

1579. Peace makes plenty.
அமைதி அளவுக்கதிகம் தரும்.
1580. Of all wars, peace is the end.
எல்லாப் போர்களுக்கும் முடிவு சமாதானமே.
1581. Peace at any price.
என்ன விலைகொடுத்தாயினும் சமாதானத்தை வாங்கு.
1582. In time of peace prepare for war.
சமாதான காலத்தில் போருக்கு ஆயத்தம் செய்.
1583. Peace with honour.
(அ) நன் மதிப்புடன் சமாதானம் செய்.
(ஆ) கண்ணியத்துடன் போர் நிறுத்த ஒப்பந்தம் இயற்று.
1584. If you want peace, prepare for war.
சமாதானம் தேவையானால் சண்டைக்குத் தயாராகு.

PEN - எழுதுகோல்

1585. The pen is mightier than the sword.
வாளினும் வலியது எழுதுகோல்.
1586. A pen becomes a clarion.
எழுதுகோலே எக்காளமாகும்.
1587. Pens are most dangerous tools.
எழுதுகோல்கள் ஆபத்தான ஆயுதங்கள்.
1588. Pen portraits
பேனாச் சித்திரங்கள் (எழுத்து ஓவியங்கள்)

PEOPLE - மக்கள்

1589. The safety of the people is the highest law.
மக்கள் பாதுகாப்பே அதி உயர்ந்த சட்டம்.
1590. The voice of the people is the voice of god.
மக்கள் குரலே மகேசன் குரல்.
1591. Where there is no vision, the people perish.
தொலைநோக்கு இல்லாத இடத்து மக்கள் மடிவர்.
1592. There are too many people and too few human beings.
மக்கள் மிக அதிகம் எனினும் மனிதர் சிலரே.
1593. The will of the people is the best law.
மக்கள் விருப்பமே தலைசிறந்த சட்டம்.
1594. The people are the masters.
மக்களே தலைவர்கள் (எஜமானர்கள்).
1595. You can fool all the people some of the time and some of the people all the time, but you cannot fool all the people all the time.
எல்லா மக்களையும் சில காலம் முட்டாளாக்கலாம், சில மக்களை எல்லாக் காலத்திலும் முட்டாளாக்கலாம், ஆனால் எல்லாரையும் எல்லாக் காலத்திலும் முட்டாளாக்கி விட முடியாது.
1596. Democracy is the government of the people, by the people and for the people.
மக்களுக்காக மக்களால் நடத்தப்படும் மக்களின் ஆட்சியே குடியாட்சி.
1597. People's memory is short lived.
மக்கள் ஞாபகத்திற்கு ஆயுள் அற்பமே.

PERSEVERANCE - விடா முயற்சி

1598. Never say die.
மடிவேன் என ஒருபோதும் சொல்லாதே.

1599. Good to begin well, better to end well.
நன்றாகத் தொடங்குவது நல்லது. நன்றாக முடிப்பது அதைவிட நல்லது.

1600. Step after step the ladder is ascended.
படிப்படியாகத்தான் ஏணியில் ஏறவேண்டும்.

1601. The best things are hard to come by.
மிகச் சிறந்தவை கடின உழைப்பாலேயே வரும்.

1602. If at first you don't succeed, try, try, try again.
முதலில் வெற்றி இல்லையானால், முயல், முயல், மேலும் முயல்.

1603. Perseverance kills the game.
விடா முயற்சி வெற்றியைத் தேடித் தரும்.

PHILOSOPHY - தத்துவம்

1604. Leisure is the mother of philosophy.
ஓய்வான காலமே தத்துவத்தின் தாய்.

1605. Philosophy is the highest music.
தத்துவமே அதி உன்னத இசை.

1606. Adversity's sweet milk is philosophy.
இன்னலின் இன்சுவைப் பாலே தத்துவம்.

1607. The philosopy of life is generally different from the philosophy of living.
வாழ்க்கைத் தத்துவம் பொதுவாக வாழும் தத்துவத்திலிருந்து வேறானது.

1608. Philosophy is the art of living.
வாழுங் கலையே தத்துவம்.

1609. All philosophy in two words - sustain and abstain.
தத்துவம் அனைத்தும் இரு வார்த்தையிலே: பொறுத்துக்கொள், தவிர்த்திடு.

PITY - இரக்கம்

1610. Pity is the natural religion of humanity.
மனிதாபிமானத்தின் இயற்கை மதமே கருணை.

1611. To be petty is to be without pity.
இரக்கமின்றி இருப்பதே சிறுமை.

1612. A man without pity is a man without ditty.
இரக்கமில்லாதவன் இசையறியாதவன்.

1613. Where pity dwells, the peace of God is there.
கருணையுள்ள இடமே கடவுளின் சாந்தம் உள்ள இடம்.

1614. He that pities others remembers himself.
பிறருக்குக் கருணை காட்டுபவன் தன்னையே நினைத்துக் கொள்கிறான்.

1615 Pity is akin to love.
கருணையும் காதலைப் போன்றதே.

PLEASURE - இன்பம்

1616. No pleasure without pain.
துன்பம் இன்றி இன்பம் இல்லை.
1617. Pleasure's sin and sometimes sin's a pleasure.
இன்பமே பாவம்; சில நேரங்களில் பாவமே இன்பம்.
1618. Pleasure today, pain tomorrow.
(அ) இன்பம் இன்றேல் துன்பம் இல்லை.
(ஆ) இன்றைய இன்பம் நாளையத் துன்பம்.
1619. Men of leisure are men of pleasure.
ஓய்வுள்ள மனிதர்களே இன்பமான மனிதர்கள்.
1620. Money gives me pleasure all the time.
எப்போதும் பணம் இன்பம் தரும்.
1621. Sweet is pleasure after pain.
துன்பத்தின்பின் இன்பம் இனிது.

POETRY - கவிதை

1622. Poetry is the spontaneous overflow of powerful feelings.
சக்தி வாய்ந்த உணர்ச்சிகள் தன் விருப்பமாய் பொங்கி எழுவதே கவிதை.
1623. Poetry is truth dwelling in beauty.
அழகில் வடியும் உண்மையே கவிதை.
1624. Poetry is intellect coloured by feelings.
உணர்ச்சியால் வண்ணக்கோலம் புனையும் அறிவே கவிதை.
1625. All that is not prose passes for poetry.
வசனம் அற்றவை எல்லாம் கவிதையாய் மாற்றப்படுகின்றன.
1626. Poetry is the record of the best and happiest moments of the happiest and best minds.
மிகக் களிப்பான மற்றும் மிகச் சிறந்த மனங்களின் மிகக் களிப்பான மற்றும் மிகச் சிறந்த நொடிகளின் பதிவுருவே கவிதை.
1627. Poetry comes nearer to vital truth than history.
வரலாற்றை விடவும் கவிதை மிக வலுவான உண்மையின் அருகே வருகின்றது.

POLITICS - அரசியல்

1628. History is past politics and politics is present history.
கடந்தகால அரசியலே வரலாறு; நிகழ்கால வரலாறே அரசியல்.

1629. Politics is a blood sport.
அரசியல் என்பது குருதிவேட்டை.
1630. There is no gambling like politics.
அரசியலைப்போல் ஒரு சூதாட்டமில்லை.
1631. Practical politics consists in ignoring facts.
உண்மைகளைப் பொருட்படுத்தாமையே நடைமுறை அரசியல்.
1632. Politics is the madness of many for the gain of the few.
ஒரு சிலரின் ஆதாயத்திற்காகப் பலரின் பைத்தியக்காரத்தனமே அரசியல்.
1633. Politics is the last resort for scoundrels.
கயவர்களின் இறுதிப்புகலிடமே அரசியல்.

POSSESSION - உடைமை

1634. Better to have than to wish.
விரும்புவதைவிட வைத்திருப்பது மேல்.
1635. Better a sparrow in the hand than a pigeon on the roof.
கூரையில் அமர்ந்திருக்கும் புறாவைவிடக் கையில் சிக்கியிருக்கும் சிட்டுக்குருவி மேல்.
1636. Better an egg today than a hen tomorrow.
(அ) நாளை கிடைக்கப் போகும் கோழியைவிட இன்று கிடைக்கும் முட்டையே மேல்.
(ஆ) நாளை கிடைக்கும் பலாப் பழத்தைவிட இன்று கிடைக்கும் களாப் பழம் மேல்.
1637. What you have, hold.
உன்னிடமிருப்பதை கெட்டியாய்ப் பற்று.

POVERTY - வறுமை

1638. Poverty breeds strife.
வறுமை போராட்டத்தை உற்பத்தி செய்யும்.
1639. Poverty is a thing all men hate.
அனைவரும் வெறுக்கும் சரக்கே வறுமை.
1640. Poverty is no sin, but it is terribly inconvenient.
வறுமை பாவம் அன்று, ஆனால் அது மிகப்பெரும் தொந்தரவு.
1641. Poverty makes a man mean.
வறுமை ஒருவனை அற்பனாக்கும்.
1642. A poor man's joy has much alloy.
ஏழையின் இன்பம் கலப்படமானது.
1643. Every poor man is counted a fool.
ஒவ்வொரு ஏழையும் முட்டாளாய் எண்ணப்படுகிறான்.

1644. For poor people, small coin.
(அ) ஏழைக்கு ஏற்ற எள்ளுருண்டை..
(ஆ) ஏழைக்குச் செப்புக்காசு.

1645. God helps the poor for the rich can help themselves.
கடவுள் ஏழைக்கு உதவுகிறார். ஏனெனில் பணக்காரன் தனக்குத்தானே உதவிக்கொள்வான்.

1646. He bears poverty very ill who is ashamed of it.
வறுமைக்கு வெட்கப்படுபவன் அதைச் சங்கடத்துடன் தாங்கிக் கொள்கிறான்.

1647. If poor, act with caution.
ஏழையானால் கவனமாய்ச் செயல்படு.

1648. Poor man's tables are soon spread.
ஏழையின் விருந்து விரைவில் பரிமாறப்பட்டுவிடும்.

1649. Poor man's words have little weight.
ஏழை சொல் அம்பலம் ஏறாது.

1650. The poor cannot, the rich will not.
ஏழையால் இயலாது, பணக்காரன் செய்யமாட்டான்.

1651. The poor lives in peace.
ஏழை நிம்மதியாய் வாழ்கிறான்.

1652. The poor man's budget is full of schemes.
ஏழையின் பட்ஜெட்டில் திட்டமிடலே நிறைந்திருக்கும்.

1653. The poor man seeks for food, the rich man for appetite.
ஏழை உணவைத் தேடுகிறான், பணக்காரன் பசியைத் தேடுகிறான்.

1654. Wherever a poor man is, there is his destiny.
எங்கு ஏழை இருந்தாலும் அங்கேயே அவன் விதியிருக்கும்.

POWER - அதிகாரம்

1655. Absolute power corrupts absolutely.
முழுமையான அதிகாரம் முழுமையாகக் கெடுக்கிறது.

1656. Power goes before talent.
திறமைக்கு முன் செல்கிறது அதிகாரம்.

1657. Power weakens the wicked.
அதிகாரம் கொடியவரை பலவீனப்படுத்தும்.

1658. When power puts in its plea the laws are silent.
அதிகாரம் தன் வாதத்தை வைத்தால் சட்டங்கள் மௌனமாகிவிடும்.

1659. Political power grows out of the barrel of a gun.
துப்பாக்கிக் குழலிலிருந்து அரசியல் அதிகாரம் வளர்கிறது.

1660. Power pollutes whatever it touches.
அதிகாரம் தான் தொடுவதையெல்லாம் மாசுபடுத்துகிறது.

PRACTICE - பயிற்சி

1661. Practice makes a man perfect.
பயிற்சி மனிதனை முழு நிறைவாக்குகிறது.

1662. Practise yourself what you preach.
நீ போதிப்பதை நீயே பயிற்சி செய்.

PRAISE - புகழ்

1663. Praise none too much, for all are fickle.
யாரையும் அளவுக்கு அதிகம் புகழாதே, ஏனென்றால் எல்லோரும் மாறக்கூடியவர்களே.

1664. Too much praise is a burden.
அளவுக்கு அதிகமான புகழ் ஒரு சுமையே.

1665. Praise is always pleasant.
புகழ்ச்சி எப்போதும் இனிமையானது.

1666. Praise makes good man better and bad man worse.
புகழ்ச்சி நல்லவனை மேலும் நல்லவனாக்கும், கெட்டவனை மேலும் கெட்டவனாக்கும்.

1667. True praise roots and spreads.
உண்மையான புகழ்ச்சி வேர் கொண்டு தழைக்கும்.

1668. Praise fills not the belly.
வெறும் பாராட்டு வயிற்றை நிரப்பாது.

PREJUDICE - பாரபட்சம்

1669. He hears but half who hears one party only.
ஒரு கட்சி சொல்வதைக் கேட்பவன் பாதியை மட்டுமே கேட்கிறான்.

1670. Prejudice is the child of ignorance.
ஒருதலைப்பட்சம் அறியாமையின் குழந்தை.

1671. It is never too late to give up prejudices.
பாரபட்சத்தை விட்டொழிக்க ஒருபோதும் காலதாமதம் வேண்டாம்.

PRIDE - தற்பெருமை

1672. Pride goeth before a fall.
கர்வம் வரும் முன்னே வீழ்ச்சி வரும் பின்னே.

1673. Plenty breeds pride.

மிகையான வசதி தற்பெருமையை உருவாக்குகிறது.

1674. Pride and grace dwell never in one place.

ஆணவமும், கருணையும் ஒரே இடத்தில் இரா.

1675. Pride increases our enemies, but puts our friends to flight.

திமிர் பகைவரைப் பெருக்கும், ஆனால் நண்பரை ஓட வைக்கும்.

1676. Pride with pride will not abide.

(அ) தற்பெருமையோடு தற்பெருமை சேர்ந்தால் ஒத்திசைவு இருக்காது.

(ஆ) தற்பெருமையோடு தற்பெருமை ஒத்துப்போகாது.

1677. Pride is the sworn enemy to content.

ஆணவம் திருப்தியின் திடமான பகை.

1678. Too much humility is pride.

அளவுமீறிய அதிகமான பணிவு ஒருவகையில் இறுமாப்பே.

PROMISES - உறுதிமொழிகள்

1679. Promise is debt.

உறுதிமொழி ஒரு கடனே.

1680. He that promises too much means nothing.

அளவுக்கு அதிகம் உறுதி அளிப்பவன் எதையும் தருவதில்லை.

1681. A man apt to promise, is apt to forget.

உறுதியளிக்கப் பொருத்தமானவன் மறக்கவும் பொருத்தமானவன்.

1682. Eggs and oaths are easily broken.

முட்டைகளும் உறுதிமொழிகளும் எளிதாய் உடைக்கப்படுகின்றன.

1683. He loses his thanks who promises and delays.

உறுதியளித்துத் தாமதிப்பவன் நன்றியை இழக்கிறான்.

1684. Vows made in storms are forgotten in calms.

நெருக்கடி நேரத்து உறுதிமொழிகள் அமைதிக்காலத்தில் மறக்கப்படுகின்றன.

PROVERBS - பழமொழிகள்

1685. A proverb is the wit of one and the wisdom of many.

பழமொழி ஒருவனின் கூரறிவு, பலரின் ஞானம்.

1686. Proverbs cannot be contradicted.

பழமொழிகளை மறுக்க முடியாது.

1687. Common proverb seldom lies.

பொதுவான பழமொழி பொய்யாகாது.

1688. The proverbs cannot be bettered.
பழமொழிகளை மேம்படுத்த முடியாது.
1689. Proverbs are the children of experience.
பழமொழிகள் அனுபவத்தின் குழந்தைகள்.

PRUDENCE - மதி நுட்பம்

1690. To lay up for a rainy day.
மழைக் காலத்திற்காகச் சேமித்து வை.
1691. A fox counts hen in her sleep.
நரி தன் கனவில் கோழிகளை எண்ணும்.
1692. People who live in glass houses must not throw stones.
கண்ணாடி வீட்டில் வசிப்பவன் கல்லெறியக்கூடாது.

PUBLIC - பொதுமக்கள்

1693. Public memory is short.
பொதுமக்களின் நினைவாற்றலுக்கு ஆயுள் குறைவு.
1694. Officials are servants of the public.
அலுவலர்கள் பொதுமக்களின் ஊழியர்கள்.
1695. The public be damned.
பொதுமக்கள் கண்டிக்கப்பட வேண்டும்.
1696. When a man assumes a public trust, he should consider himself as public property.
பொதுமக்கள் அறக்கட்டளையை ஒருவன் நிர்வகிக்கும்பொழுது, தன்னைப் பொதுச் சொத்தாக நினைக்கவேண்டும்.

PUNCTUALITY - காலந்தவறாமை

1697. Who comes late, lodges ill.
தாமதமாக வருபவன் தவறுக்கு இடங்கொடுக்கிறான்.
1698. Late was often lucky.
தாமதம் பெரும்பாலும் அதிர்ஷ்டமுடையதாக இருந்திருக்கிறது.
1699. The last suitor wins the maid.
கடைசியில் பெண் பார்க்க வந்தவன் மாதைக் கைப்பிடிப்பான்.
1700. Early sow, early mow.
முன்னதாக விதைத்தால் முன்னதாக அறுவடை செய்யலாம்.
1701. Sooner begun sooner done.
முன்னதாகத் தொடங்கினால் முன்னதாக முடிக்கலாம்.

1702. The early bird catches the worm.

(அ) முந்தும் பறவை இரைக்குப் பிந்தாது.

(ஆ) முந்தும் பறவைக்கு இரை தப்பாது.

1703. Punctuality is the soul of business.

காலதாமதமின்மையே அலுவலின் ஆன்மா.

1704. Napoleon lost war because he was late by five minutes.

ஐந்து நிமிடத் தாமதத்தால் நெப்போலியன் போரில் தோற்றான்.

PURSUIT - பின்பற்றுதல்

1705. Pursuits become habits.

பின்பற்றுதல் பழக்கமாகிவிடும்.

1706. The pursuit of perfection is the pursuit of sweetness and light.

முழு நிறைவைப் பின்பற்றுதல் இனிமையையும், ஒளியையும் பின்பற்றுதலாம்.

Q

QUALITY - தரம்

1707. It is not how long but how well we live.

நாம் எவ்வளவு நாட்கள் வாழ்கிறோம் என்பது அல்ல, எவ்வளவு நன்றாக வாழ்கிறோம் என்பதே முக்கியம்.

1708. You may know by a handful the whole sack.

(அ) ஒரு பானைச் சோற்றுக்கு ஒரு சோறே பதம்.

(ஆ) ஒரு மூட்டை எப்படி உள்ளது என்பதற்கு ஒரு பிடி சரக்கே போதும்.

1709. Quality is more important than quantity.

அளவைவிடத் தரமே முக்கியம்.

1710. There is little choice in rotten apples.

அழுகிப்போன ஆப்பிள்களில் எதையும் பொறுக்க முடியாது.

QUARREL - சண்டை

1711. It takes two to make a quarrel.

ஒரு சண்டைக்கு இருவர் தேவை.

1712. Quarrelling dogs come halting home.

சண்டையிடும் நாய்களும் நிறுத்திவிட்டு வீடு வரும்.

1713. In too much dispute truth is lost.

அளவுக்கதிகமான சண்டையில் உண்மை தொலைந்துவிடும்.

1714. Those who in quarrel interpose must often wipe a bloody nose.

சண்டையில் தலையிடுவோர் பெரும்பாலும் இரத்தம் சிந்தும் மூக்கைத் துடைத்துக்கொள்ள வேண்டிவரும்.

QUIET - அமைதி

1715. A quiet conscience sleeps in thunder.

இடி ஓசையிலும் அமைதியான மனச்சான்று உறங்கி கொண்டிருக்கும்.

1716. Live easily and die quielty.

சௌகர்யமாக வாழ்; அமைதியாக மாள்.

R

READING - படித்தல்

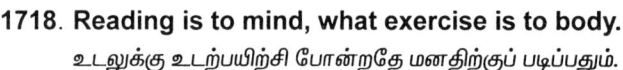

1717. Reading makes a full man.

படிப்பது ஒருவனை முழு மனிதனாக்கும்.

1718. Reading is to mind, what exercise is to body.

உடலுக்கு உடற்பயிற்சி போன்றதே மனதிற்குப் படிப்பதும்.

1719. It is well to read everything of something and something of everything.

சிலவற்றை முழுவதும் படிப்பதும், ஒவ்வொன்றில் சிலவற்றைப் படிப்பதும் மிக நன்று.

REAP - அறுவடை செய்தல்

1720. Reap what you sow.

வினை விதைத்தவன வினையறுப்பான், தினை விதைத்தவன் தினையறுப்பான்.

1721. Sow an act and you reap a habit.

ஒரு செயலை விதைத்தால் ஒரு பழக்கத்தை அறுவடை செய்வோம்.

1722. Sow a habit and you reap a character.

ஒரு பழக்கத்தை விதைத்தால் ஒரு நடத்தையை அறுவடை செய்வோம்.

1723. Sow a character and you reap a destiny.

ஒரு நடத்தையை விதைத்தால் ஒரு தலைவிதியை அறுவடை செய்வோம்.

REGRET - வருந்துதல்

1724. Never too late to repent.

வருந்துவதற்கு நேரம் காலம் இல்லை.

1725. A word before is worth two behind.

பின்னால் சொல்லப்போகும் இரு வார்த்தைகளுக்கு முன்னால் சொல்லும் ஒரு வார்த்தை சமம்.

1726. Never grieve for what you cannot help.
உன்னால் தவிர்க்க முடியாத ஒன்றிற்காக ஒருபோதும் வருந்தாதே.
1727. What is done cannot be undone.
(அ) செய்து விட்டபின் வருந்திப் பயனில்லை.
(ஆ) செய்துவிட்டதை செய்யாததாக்க முடியாது.
1728. Win or lose, never regret.
வென்றாலும் இழந்தாலும் வருந்தாதே.
1729. Repentance is the loveliest of virtues.
வருந்துவது நற்பண்புகளில் மிக அழகியது.
1730. Who errs and mends, to God himself commends.
தவறு செய்து திருந்துபவன், தன்னைக் கடவுளிடமே ஒப்படைத்து விடுகிறான்.
1731. Short acquaintance brings repentance.
குறுகிய அறிமுகங்கள் வருந்தச் செய்யும்.

RELIGION - மதம்

1732. This is not the time to think of religion.
சமயத்தைப் பற்றிச் சிந்திக்க இது சமயம் இல்லை.
1733. Religion is the rule of life.
வாழ்க்கையின் விதிமுறையே மதம்.
1734. A man without religion is a horse without bridle.
மதம் இல்லாத மனிதன் கடிவாளம் இல்லாத குதிரை.
1735. He that is of all religions is of no religion.
எல்லா மதங்களிலும் இருப்பவன் ஒரு மதத்திலும் இல்லை.
1736. Religion is the opium of people.
மதம் மக்களின் அபின்.
1737. Superstition is the religion of feeble minds.
மூடநம்பிக்கைகள் வலுக் குறைந்த மனங்களின் மதம்.
1738. All religions must be tolerated for every man must get to heaven in his own way.
எல்லா மதங்களையும் பொறுத்தல் வேண்டும். ஏனென்றால் அனைவரும் தத்தம் வழியே சொர்க்கத்தை அடைய வேண்டும்.
1739. All the religions reach God as all the rivers reach the sea.
எல்லா நதிகளும் கடலை அடைவது போல எல்லா மதங்களும் கடவுளை அடைகின்றன.

1740. Paradise is one but the routes are many.

(அ) ஒன்றது பேரூர், வழி ஆறு அதற்குள.

(ஆ) ஒரே சொர்க்கத்திற்குப் பல வழிகள்.

REMEDIES - தீர்வுகள்

1741. There is a remedy for all things but death.

மரணத்தைத் தவிர மற்ற யாவற்றுக்கும் ஒரு தீர்வு உண்டு.

1742. Adapt the remedy to the disease.

(அ) நோய்க்கு ஏற்ற தீர்வை அனுசரி.

(ஆ) நோய் நாடிச் வாய்ப்பச்செயல்.

1743. No wrong without a remedy.

தீர்வு இல்லாத தவறுகள் இல்லை.

1744. The remedy may be worse than the desease.

நோயினும் கொடியதாய் நிவாரணம் இருக்கலாம்.

1745. For every evil under the sun, there is a remedy.

உலகிலுள்ள ஒவ்வொரு தீமைக்கும் ஒரு தீர்வுண்டு.

1746. If there be one, try and find; If there be none, oh! never mind it.

தீர்வு ஒன்று இருக்குமானால் முயன்று காண். ஒன்றும் இல்லாவிட்டால் கவலைப்படாதே.

1747. There is a salve for every sore.

ஒவ்வொரு புண்ணுக்கும் ஒரு மருந்து உண்டு.

RESOLUTION முடிவு, தீர்மானம்

1748. The resolved mind has no cares.

(அ) தீர்மானித்து விட்ட மனதிற்கு கவலைகள் இல்லை.

(ஆ) துணிந்தபின் மனமே துயரங்கொள்ளாதே.

(இ) துணிந்தவனுக்கு சமுத்திரம் முழங்கால் மட்டும்.

1749. He who hesitates is lost.

(அ) துணியாதவன் தொலைந்து போவான்.

(ஆ) தயக்கமுடையவன் தவறிவிடுவான்.

1750. Every task is easy to the resolute man.

உறுதியாய்த் தீர்மானித்தவனுக்கு எல்லாப் பிரச்சனையும் எளிதே.

1751. The longer you look at it, less you will like it.

நீண்டநேரம் ஆற்றையே பார்த்துக்கொண்டிருப்பவன் குளிக்க விரும்பமாட்டான்.

RESPONSIBILITY - பொறுப்பு

1752. Every man is the architect of his own fortune.

தன்னுடைய அதிர்ஷ்டத்திற்குத் தானே சிற்பி.

1753. Let every pedlar carry his own burden.

(அ) தெருவில் விற்பவன் தன் சுமையைத் தானே சுமக்கவேண்டும்.

(ஆ) ஒடி விற்பவன் சுமக்காமல் முடியுமா ?

1754. A burden of one's own choice is not felt.

தாம் தேடிக்கொண்ட சுமையை ஒருவரும் உணரார்.

1755. He who excuses himself, accuses himself.

தன்னைத் தானே மன்னித்துக்கொள்பவன் தன் மீது தானே பழி சுமத்திக்கொள்கிறான்.

1756. They that dance must pay the bidder.

(அ) அம்பாரி மீது செல்பவன் பாகனுக்குக் காசு கொடுக்க வேண்டும்

(ஆ) கூத்தாடுபவரெல்லாம் கொட்டுக்குப் பணம் கொடுக்க வேண்டும்.

1757. Everyone puts his faults on time.

(அ) தன் தவறுக்குக் காலத்தின் மீது பழிபோடு.

(ஆ) கவனமின்றிக் கோட்டை விட்டவன் காலம் கலிகாலம் என்றானாம்.

1758. A bad workman always quarrels with his tools.

(அ) ஆடத் தெரியாதவனுக்குக் கூடம் பத்தலையாம்.

(ஆ) பாடத் தெரியாதவன் பக்க வாத்தியம் சரியில்லை என்றானாம்.

(இ) திறமையற்றவன் கருவியைப் பழிப்பான்.

(ஈ) ஆடத்தெரியாதவன் அரங்கு பிழை என்றானாம்.

1758A. Wind will not allow a tree to take rest

மரம் ஓய்வெடுக்க விரும்பினாலும் காற்று அதை விடுவதில்லை.

REVENGE - பழிக்குப் பழி

1759. An eye for an eye and a tooth for a tooth.

கண்ணுக்குக் கண்ணைப் பிடுங்கு, பல்லுக்குப் பல்லை உடை.

1760. Revenge is a kind of wild justice.

பழிக்குப் பழி ஒரு வகைக் கொடிய நீதி.

1761. Revenge never repairs an injury.

பழிக்குப் பழி ஒருபோதும் காயத்தை ஆற்றாது.

1762. Where vice is, revenge will follow.

தீமை இருக்கும் இடத்தில் பழிக்குப் பழி தொடரும்.

1763. Revenge, the longer it is delayed the crueller it grows.

பழி தீர்த்துக்கொள்வது தாமதிக்கத் தாமதிக்க அதன் கொடுமை கொடிதாகும்.

1764. Living well is the best revenge.

நன்றாக வாழ்வதே மிகச் சிறந்த பழி வாங்கல்.

RICH - செல்வம்

1765. He is rich enough who does not want.

தேவைகள் இல்லாதவனே பெரும் பணக்காரன்.

1766. He is rich enough who has true friends.

நல்ல நண்பர்கள் உள்ளவன் செல்வந்தன்.

1767. He is rich enough who owes nothing.

கடன் இல்லாதவனே பெரும் பணக்காரன்.

1768. He that makes haste to be rich, shall not be innocent.

பணக்காரனாக அவசரப்படுபவன் கபடற்றவனாக இரான்.

1769. He that wants to be rich in a year comes to the gallows in half year.

ஓராண்டில் பணக்காரனாக விரும்புபவன் அரையாண்டில் தூக்கிற்குச் செல்வான்.

1770. Men often seem rich to become rich.

மக்கள் பணக்காரனாகப் பணக்காரர் போலத் தோற்றம் அளிக்கிறார்கள்.

1771. Moderate riches will carry you. If you have more you must carry them.

மிதமான செல்வம் உன்னைச் சுமக்கும்; மிதமிஞ்சிய செல்வத்தை நீ சுமக்க வேண்டும்.

1772. Rich for yourself, poor for your friend.

நண்பனுக்கு ஏழையாயும், உனக்குப் பணக்காரனாகவும் இரு.

1773. Rich in gold, rich in care.

பொன்னே செல்வம், அக்கறையே செல்வம்.

1774. The rich may seem happy, great and wise all which the good man only is.

பணக்காரர்கள் மகிழ்ச்சியாக, பெருமிதமாக, புத்திசாலியாக இருப்பதுபோல் தோற்றம் அளிக்கிறார்கள்; இவை யாவும் நல்லவரிடமே இருக்கும்.

1775. Riches abuse them who know not how to use them.

பயன்படுத்தத் தெரியாதவர்களைப் பணம் கெடுத்துவிடும்.

1776. Riches are often abused but never refused.

(அ) செல்வம் பெரும்பாலும் தவறாகப் பயன்படுத்தப்படுகிறது. ஆனால் மறுக்கப்படுவதில்லை.

(ஆ) செல்வம் வேண்டாததற்குப் பயன்படுத்தப்பட்டாலும் வேண்டாம் என்று சொல்லப்படுவதில்லை.

1777. Riches hath their embarrassment.

செல்வத்திற்கும் தடுமாற்றம் உண்டு.

1778. Riches will bear out folly.

செல்வம் முட்டாள்தனத்தை உறுதிப்படுத்தும்.

1779. The rich need not beg a welcome.

(அ) பணக்காரனை வேண்டாதார் இல்.

(ஆ) பணக்காரனுக்கு எங்கும் வரவேற்புண்டு.

1780. When riches increase, the body decreases.

செல்வம் ஏற ஏற உடல்நலம் குன்றும்.

RIGHT - சரியானது

1781. Right wrongs no man.

சரியாயிருப்பது ஒருவருக்கும் தீங்கு செய்யாது.

1782. Be sure you are right, then go ahead.

சரிதான் என்பதை உறுதிப்படுத்திக்கொள், பிறகு முன்னேறு.

1783. No duty is so trying as to put the right man in the right place.

சரியான மனிதனை சரியான இடத்தில் அமர்த்துவதைவிடக் கடினமான பணி வேறில்லை.

1784. Two wrongs can never make a right.

இரு தவறுகள் ஒருபோதும் ஒன்றைச் சரியாக்காது.

ROME - ரோமாபுரி

1785. Rome was not built in a day.

ரோமாபுரி ஒரு நாளில் கட்டி முடிக்கப்படவில்லை.

1786. All roads lead to Rome.

(அ) எல்லா வீதிகளும் ரோமாபுரியை அடைகின்றன.

(ஆ) ஒன்றது பேரூர், வழியாறு அதற்குள.

1787. I found Rome brick and left it marble.

(அ) நான் ரோமாபுரியைச் செங்கல்லாகக் கண்டேன். சலவைக் கல்லாக விட்டுச் சென்றேன்.

(ஆ) உன் நாட்டைப் பொன் நாடாக்கு.

1788. Do in Rome as the Romans do.

(அ) ஊருடன் கூடி வாழ்.

(ஆ) செத்தவன் வீட்டிற்குச் சென்றால் ஒப்பாரிவை.

(இ) ரோமாபுரி சென்றால் ரோமர்களின் வழக்கத்தைக் கைக்கொள்.

ROSE - ரோஜா

1789. Life is not a bed of roses.
வாழ்க்கை ஒரு ரோஜா மலர்ப்படுக்கை அல்ல.

1790. No rose without thorn.
முள்ளில்லாத ரோஜா இல்லை.

1791. As rich and prosperous as the rose.
ரோஜாவைப் போன்ற செழிப்பும், செல்வமும்.

1792. It was roses, roses all the way.
வழியெல்லாம் ரோஜாக்கள்.

RUMOUR - வதந்தி

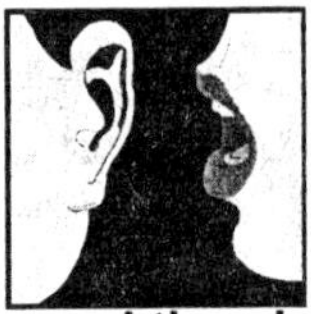

1793. Fibs fly fast.
அற்பப் பொய்கள் அதிவிரைவில் பரவும்.

1794. While truth walks a mile, rumour travels round the globe.
உண்மை ஒரு மைல் தூரம் செல்வதற்குள் வதந்தி உலகைச் சுற்றிவிடும்.

1795. What some invent, others enlarge.
(அ) ஒரு சிலர் கண்டுபிடிப்பதை பிறர் பெரிதாக்குவதுதான் வதந்தி.
(ஆ) சிலர் கற்பனையைப் பலர் பெரிதாக்குவதே வதந்தி.

1796. There is nothing among mankind swifter than rumour.
மனித இனத்தில் வேகமானது வதந்தியைப்போல் வேறில்லை.

RUN - ஓட்டம்

1797. He that runs may reach.
ஓடிச் செல்பவன் இலக்கை அடைவான்.

1798. He that runs may not run long.
வேகமாக ஓடுபவன் நீண்ட தூரம் ஓடமாட்டான்.

1799. If you run after two hares you will catch neither.
இரண்டு முயலைத் துரத்திக்கொண்டு ஓடினால் ஒன்றையும் பிடிக்க முடியாது.

1800. The course of true love never did run smooth.
உண்மையான காதல் பாதை கரடுமுரடானது.

1801. Life is a running race.
வாழ்க்கை ஓர் ஓட்டப் பந்தயம்.

S

SACRIFICE - தியாகம்

1802. Lose a leg rather than a life.
உயிரை இழப்பதை விட காலை இழக்கலாம்.

1803. Better cut the shoe that pinches the foot.
கடிக்கும் மிதியடியை வெட்டிவிடு.

1804. Better a little loss than a long sorrow.
சிறிய இழப்பு நெடுந் துயரினும் மேலானது.

1805. You must lose a fly to catch a trout.
கெண்டையைப்போட்டு வராலைப் பிடி,

SAFETY - பாதுகாப்பு

1806. It is better to be safe than sorry.
பாதுகாப்பாக இருப்பதே வருந்துவதினும் மேல்.

1807. The trodden path is the safest.
(அ) பலர் நடந்த வழித்தடமே மிகப் பாதுகாப்பானது.
(ஆ) போகாத வழிதனிலே போக வேண்டாம்.

1808. The way to be safe is never to be secure.
பாதுகாப்புக்கு உரிய வழி ஒருபோதும் இடரற்றதன்று.

1809. It is best to be on the safe side.
முன்பாதுகாப்பாய் இருப்பதே சாலச் சிறந்தது.

1810. Out of debt, out of danger.
கடனின்றி இருத்தல், ஆபத்தின்றி இருத்தல்.

1811. He that saves his dinner will have more for his supper.
(அ) பகலுணவைச் சேமித்து மிச்சப்படுத்துபவனுக்கு இரவுணவு அதிகம் இருக்கும்.
(ஆ) ஒருபொழுது மிச்சப்படுத்தினால் மறுபொழுதுக்குக் கவலையில்லை.

1812. Money saved is money earned.
மிச்சப்படுத்திய பணம் சம்பாதித்த பணம்.

1813. He that will not be saved needs no preacher.
காப்பாற்றப்பட முடியாதவனுக்கு போதகர் தேவையில்லை.

1814. They died to save their country and they only saved the world.
நாட்டைக் காக்க இறப்போரே உலகைக் காப்பர்.

SCIENCE - விஞ்ஞானம்

1815. Science is organised knowledge.
ஒழுங்குபடுத்தப்பட்ட அறிவே விஞ்ஞானம்.

1816. Science is simply common sense at its best.
மிகச் சிறந்த பகுத்தறிவே விஞ்ஞானம்.

1817. Science is nothing but perception.
விஞ்ஞானம் நல்ல புலனறிவைத் தவிர வேறில்லை.

1818. Science is the refusal to believe on the basis of hope.
நம்பிக்கை அடிப்படையில் நம்ப மறுப்பதே விஞ்ஞானம்.

SEASON - பருவங்கள்

1819. One swallow does not make a summer.
(அ) ஒரு மாங்காய் மட்டுமே கோடையாகாது.
(ஆ) தனிமரம் தோப்பாகாது.

1820. The more snow the more healthy the season.
அதிக உறை பனியே ஆரோக்கியமான பருவகாலத்தின் அறிகுறி.

1821. Winter eats what summer provides.
கோடை கொடுத்ததைக் குளிர் உண்ணும்.

1822. Winter is summer's heir.
கோடையின் வாரிசே குளிர்காலம்.

1823. The spring is not always green.
(அ) வசந்த காலம் எப்போதும் பசுமையாக இருந்திடாது.
(ஆ) வசந்த காலத்திலும் வறட்சி உண்டு.

1824. Of fair things autumn is fair.
அழகிய பொருள்களில் இலையுதிர் காலம் இனிது.

SECRECY - இரகசியம்

1825. There is a skeleton in every house.
வீட்டிற்கு வீடு வாசற்படி.

1826. Secret things belong to God.
மறைபொருள்கள் கடவுளுக்குச் சொந்தம்.

1827. If you wish another to keep a secret, first keep it yourself.
மற்றவன் ஒரு இரகசியத்தைக் காப்பாற்ற நீ விரும்பினால் நீ முதலில் அதனை உன்னுள்ளேயே வைத்திரு.

1828. No woman can keep a secret.
பெண்ணிடம் இரகசியம் நில்லாது.

1829. Keep a secret, it's your slave. Tell it, and it's your master.
இரகசியத்தைக் காப்பாற்றினால் அது நமக்கு அடிமை; சொல்லிவிட்டால், எஜமானன்.

SELF - தான்

1830. Self-defence is nature's eldest law.
தற்பாதுகாப்பே இயற்கையின் ஆதி விதி.

1831. Self-preservation is the first law of nature.
தன்னைக் காத்தலே இயற்கையின் முதல் விதி.
1832. Every man likes his own thing best.
(அ) ஒவ்வொருவருக்கும் தன்னுடையதே சிறந்தது.
(ஆ) காக்கைக்கும் தன் குஞ்சு பொன் குஞ்சு.
1833. Who knows himself knows others.
தன்னை அறிபவனே பிறரை அறிவான்.
1834. Men are blind in their own cause.
(அ) தன் குற்றம் தான் அறியான்.
(ஆ) நமது முதுகு நமக்குத் தெரியாது.
1835. Every man is his own enemy.
தானே தனக்குப் பகை.
1836. Yourself first, others afterwards.
(அ) தனக்கு மிஞ்சினால்தான் தான தருமம்.
(ஆ) தனக்கு முதலில், பிறர்க்குப் பிறகு.
1837. Mind other men, but most yourself.
மற்றவர்களைப் பற்றிக் கவலைப்படுமுன் உன்னைப் பற்றிக் கவலைப்படு.
1838. No man is the worse for knowing the worst of himself.
தன்னிடமுள்ள கெட்டதை அறிந்துகொள்பவன் கெட்டவன் ஆகான்.
1839. Every man is nearest himself.
ஒவ்வொரு மனிதனும் தனக்கு அண்மையில் தானே இருப்பான்.
1840. Self-help is the best help.
தன் கையே தனக்குதவி.
1841. Forget self, realise God.
தன்னை மற, கடவுளை அறி.

SERVANTS - பணியாட்கள், ஏவலர்கள்

1842. A servant is known by his master's absence.
எஜமானன் இல்லா நேரத்தில் ஏவலனை அறி.
1843. Master easy, servant slack.
எஜமானன் கண்டிப்பானவன் இல்லையானால் ஏவலன் சோம்பேறி.
1844. Who wishes to be ill-served, let him have plenty of servants.
பல பணியாட்கள் வைத்திருந்தால் ஒரு பணியும் உருப்படாது.
1845. Servants will not be diligent, where the master's negligent.
எஜமானன் கவனியாதிருந்தால் ஏவலர் சுறுசுறுப்பு இல்லாமல் போகும்.

1846. A good servant must have good wages.

(அ) நல்ல கூலிக்கு நல்ல பணியாள்.

(ஆ) கூலிக்கேற்ற கொத்தனார்.

1847. A good servant must come when you call him, go when you bid him, and shut the door after him.

கூப்பிட்ட குரலுக்கு ஓடி வருபவனும், போ என்ற உடனே போய்விடுபவனும், சென்றவுடன் கதவை மூடிக்கொள்பவனுமே நல்ல பணியாள்.

1848. One cannot serve two masters.

இரு முதலாளிகளை ஒரு வேலைக்காரன் திருப்திப்படுத்த முடியாது.

1849. Appreciate the servant after his work.

வேலைக்காரனை வேலை முடிந்த பிறகு பாராட்டு.

SERVICE - தொண்டு, ஊழியம்

1850. No money, no serv:ce.

பணம் இல்லையேல் ஊழியம் இல்லை.

1851. Small service is true service while it lasts.

நீடித்திருக்கும்வரை சிற்றூழியமே உண்மை ஊழியம்.

1852. He profits most who serves best.

(அ) நல்லூழியம் செய்பவன் நல்ல ஊதியம் பெறுவான்.

(ஆ) நல்ல ஊழியனே நல்ல ஊதியம் பெறுவான்.

1853. They also serve who only stand and wait.

நின்று காத்திருப்போரும் நித்தியனுக்கு உழைப்போரே.

1054. First serve, then deserve.

முதலில் சேவை அதன்பின் தகுதி.

1855. First come first served.

முந்துபவனுக்கு முதல் சேவை.

SHEEP - ஆடுகள்

1856. A leap year is never a sheep year.

லீப் வருடம் ஆட்டிற்கு ஆகாது.

1857. The black sheep do not weep.

(அ) திருடன் அழமாட்டான்.

(ஆ) கறுப்பாடு (கெட்ட ஆடு) கத்தாது.

1858. There is a black sheep in every herd.

(அ) ஒவ்வொரு மந்தையிலும் ஒரு கறுப்பாடு உண்டு.

(ஆ) ஒவ்வொரு கூட்டத்திலும் ஒரு கெட்டவன் உண்டு.

1859. Separate the sheep from the goats.

(அ) இனத்தோடு இனத்தைச் சேர்.

(ஆ) செம்மறியாட்டை வெள்ளாட்டிலிருந்து பிரித்து வை.

SIGHT - பார்வை

1860. **Out of sight, out of mind.**
பார்வையில் படாதவன் மனத்திலும் படான்.

1861. **Many a sight, many a sound nature bringeth.**
இயற்கையின் பார்வையும், ஓசையும் ஆனந்தம்.

SILENCE - மௌனம்

1862. **Speech is silver, silence is gold.**
பேச்சு வெண்பொன், மௌனமோ செம்பொன்.

1863. **Silence means consent.**
மௌனம் சம்மதத்திற்கு அறிகுறி.

1864. **Silence does seldom harm.**
மௌனம் கலக நாஸ்தி.

1865. **A still tongue makes a wise head.**
(அ) அசையா நாவால் அறிந்திடு அறிஞரை.
(ஆ) நல்ல மூளையுள்ளவன் நாக்கு அசையாது.

1866. **Silence is the sweet medicine of the heart.**
மௌனம் இதயத்தின் இனிய மருந்து.

1867. **Talking comes by nature, silence by understanding.**
இயற்கையாக வருவது பேச்சு. புரிவதால் வருவது மௌனம்.

1868. **More have repented speech than silence.**
மௌனத்தைவிடப் பேச்சிற்கு வருந்தியோர் அதிகம்.

1869. **Silence is wisdom and gets friends.**
மௌனமே நண்பர்களைத் தேடித் தரும் நல் விவேகம்.

SIMILARITY - ஒரேமாதிரியாயிருத்தல், ஒத்திருத்தல்

1870. **Like breeds like.**
ஒத்தவை ஒத்தவையையே உற்பத்தி செய்யும்.

1871. **Birds of same feather flock together.**
இனம் இனத்தோடு சேரும்.

1872. **Like cure like.**
(அ) ஒத்தவைக்குத் தீர்வு ஒத்தவையே.
(ஆ) ஒத்தது ஒத்ததின் நோய் தணிக்கும்.

SKILL - திறமை

1873. **Will is no skill.**
இச்சை திறமை அன்று.

1874. The best carpenter makes the fewest chips.
திறமைசாலி வீணாக்குவதில்லை.

1875. Great strokes make not sweet music.
(அ) பேரொலி எல்லாம் இன்னிசை ஆகா.
(ஆ) ஆரவாரம் திறமை ஆகாது.

1876. There is art even in roasting apples.
(அ) உமியைக் கருக்குவதிலும் உண்டொரு கலைநயம்.
(ஆ) அற்பக் காரியத்திலும் திறமையைக் காட்டலாம்.

SLEEP - உறக்கம்

1877. Sleep is the image of death.
(அ) துஞ்சினார் செத்தாரின் வேறல்லர்.
(ஆ) உறக்கம் மரணத்தின் பிம்பம்.

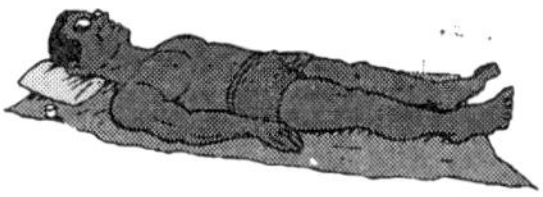

1878. Morning dreams come true.
காலைக் கனவு பலிக்கும்.

1879. Sleep is the poor man's treasure.
தூக்கமே ஏழையின் செல்வம்.

1880. The beginning of health is sleep.
உறக்கமே உடல்நலத்தின் தொடக்கம்.

1881. Let the sleeping dog lie.
உறங்கும் நாய் உறங்கட்டும்.

SLIP - நழுவுதல்

1882. There's many a slip betwixt the cup and tho lip.
கைக்கெட்டியது வாய்க்கெட்டாது.

1883. Let slip through one's fingers.
(அ) கிடைத்ததை நழுவ விடுதல்.
(ஆ) கையில் பிடித்ததை நழுவ விடல்.

1884. Let slip the dogs of war.
சண்டை நாய்களைத் தவிர்த்து நழுவிடு.

SMALL - சிறியது

1885. Small is beautiful.
அழகியன எல்லாம் சிறியவையாகும்.

1886. The best things come in small packages.
சிறந்தவை எல்லாம் சிறிய கட்டில் வரும்.

1887. Of a small spark, a great fire.
சிறு பொறியிலிருந்தே பெருந் தீ.

1888. Small rain allays great winds.
சிறு மழை பெருங்காற்றைக் குறைக்கும்.
1889. Looks small but fame is great.
மூர்த்தி சிறியது கீர்த்தி பெரிது.

SOLITUDE - தனிமை

1890. Solitude is the best company.
தனிமையே சிறந்த தோழமை.
1891. Safety lies in solitude.
தனிமையில் இருக்கும் பாதுகாப்பு.
1892. A solitary man is either a beast or an angel.
தனித்திருப்பவன் ஒன்று மிருகம் அல்லது தேவதை.
1893. Solitude prompts us to all kinds of evil.
தனிமை எல்லாத் தீமைக்கும் தூண்டுகோல்.

SORROW - துயரம், வருத்தம்

1894. Sorrow comes unsent for.
கூப்பிடாமல் வருவதே கொடுந் துயரமாகும்.
1895. Two in distress make sorrow less.
இருவர் துயரம் துயரைக் குறைக்கும்.
1896. Much science, much sorrow.
(அ) அதிக விஞ்ஞானம் அதிகத் துயரம்.
(ஆ) விஞ்ஞானம் விஞ்சினால் துயரம் விஞ்சிடும்.
1897. All sorrows are less with bread.
தொப்புளுக்கு மேல் கஞ்சியானால் துயரம் தூர ஓடும்.
1898. The remembrance of past sorrow is joyful.
கடந்த துயரை எண்ணுவது இன்பம்.

SPEND - செலவழித்தல்

1899. Soon gotten, soon spent.
(அ) விரைவில் கிடைத்தது விரைவில் செலவழியும்.
(ஆ) உடனே சம்பாதித்தது உடனே செலவழியும்.
1900. Spend as you get.
வரவுக்கேற்ற செலவு செய்.
1901. Spend and be free, but make no waste.
செலவழித்து நிம்மதியாயிரு, ஆனால் வீணாக்காதே.

1902. Who spends more than he should, shall not have to spend when he could.

அநாவசியமாய் அதிகம் செலவழித்தால் அவசியச் செலவுக்கு ஏதும் இராது.

STRENGTH - பலம், வலிமை

1903. Union is strength.

ஒற்றுமையே பலம் (வலிமை)

1904. Policy goes beyond strength.

வலிமைக்கு அப்பாலும் செல்வதே கொள்கை.

1905. Strength grows stronger by being tied.

ஒரு சேரக் கட்டினால் ஒன்பது யானை பலம்.

SUCCESS - வெற்றி

1906. Nothing succeeds like success.

வெற்றி போல் வெற்றி காண்பது வேறில்லை.

1907. Success has many friends.

வெற்றிக்கு நண்பர் பலர்.

1908. Failure teaches success.

(அ) தோல்வி வெற்றியைக் கற்றுக்கொடுக்கிறது.

(ஆ) தோல்வியில் வெற்றியைக் கல்.

1909. The secret of success is consistency of purpose.

நோக்கத்தில் உறுதியே வெற்றியின் இரகசியம்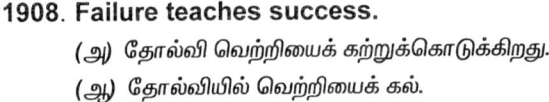

1910. Success makes a fool seem wise.

வெற்றி முட்டாளையும் புத்திசாலியாகக் காட்டும்.

1911. In every success lurks a seed of failure.

ஒவ்வொரு வெற்றிக்குள்ளும் தோல்வியின் விதை ஒன்று ஒளிந்திருக்கும்.

1912. Success means perseverance.

வெற்றியின் பொருள் விடாமுயற்சி.

1913. One man's success is another man's failure.

ஒருவன் வெற்றி மற்றவன் தோல்வி.

SUFFER - கஷ்டப்படுதல்

1914. We must suffer much or die young.

நாம் அதிகம் கஷ்டப்பட வேண்டும்; இல்லையாயின் இளமையில் இறக்க வேண்டும்.

1915. He that lives long suffers much.
நெடிது வாழ்பவன் அதிகம் கஷ்டப்படுவான்.
1916. Who suffers much is silent.
அதிகக் கஷ்டப்படுபவன் அதிகம் பேசான்.
1917. Who knows much will suffer much.
அதிகம் அறிபவன் அதிகம் கஷ்டப்படுவான்.
1918. You will not suffer from which you withdraw.
(அ) யாதனின் நீங்கியான் நோதல் அதனின் இலன்.
(ஆ) நீ எதிலிருந்து விடுபடுகிறாயோ அதிலிருந்து துன்பம் இல்லை.

SUICIDE - தற்கொலை

1919. It is easier to end life than mend life.
வாழ்க்கையை முடித்துக்கொள்வது திருந்துவதைவிட எளிது.
1920. It is cowardice to commit suicide.
தற்கொலை செய்து கொள்வது கோழைத்தனம்.
1921. Doing foolish deeds is committing suicide.
முட்டாள்தனமாகச் செயல்புரிவது தற்கொலைக்குச் சமம்.

SUPERSTITIONS - மூட நம்பிக்கைகள்

1922. Third time lucky.
மூன்றாவது தடவை அதிர்ஷ்டம் அடிக்கும்.
1923. Cold hands, warm heart.
கைகள் சில்லென்றிருந்தால் இதயம் கனிவாக இருக்கும்.
1924. A dimple in the chin, a devil within.
கன்னத்தில் குழி விழுந்தால் உள்ளத்தில் வேதாளம் குடியிருக்கும்.
1925. Blue eyes, true eyes.
நீலக் கண்களே உண்மைக் கண்கள்.
1926. Comets bring the death of kings.
வால் நட்சத்திரங்கள் மன்னர்களுக்கு மரணம் கொண்டுவரும்.

SUSPICION - சந்தேகம்

1927. Little minds nurse great suspicions.
அற்ப மனம் ஆயிரம் சந்தேகங்களுக்கு இருப்பிடம்.
1928. Suspicions always haunt the guilty mind.
குற்றமுள்ள மனத்தில் சந்தேகம் குதிபோடும்.
1929. The less we know the more we suspect.
குறைவாகத் தெரிந்தால் நிறைய சந்தேகம்.

SWEET - இனிமை

1930. Sweet are the uses of adversity.
துன்பத்தின் பயன்கள் இனிது.

1931. Sweet things are bad for the teeth.
இனிய பண்டங்கள் பல்லுக்குப் பகை.

1932. Every sweet has its sour.
ஒவ்வோர் இனிப்புக்கும் உண்டொரு புளிப்பு.

T

TALE - கட்டுக்கதை

1933. A tale never loses in telling.
சொல்லிவிடுவதால் கதையின் சுவை குன்றாது.

1934. Beware of him that telleth tales.
புறங்கூறுவோனிடம் எச்சரிக்கையாயிரு.

TEMPTATION - சபலம்

1935. An open door may tempt a saint.
திறந்த கதவு துறவியையும் கவர்ந்திழுக்கும்.

1936. All temptations are found in hope or fear.
நம்பிக்கை அல்லது அச்சமே நப்பாசையின் அடித்தளம்.

1937. Everything tempts a man who fears temptation.
சபலத்துக்கு அஞ்சுவோனை ஒவ்வொன்றும் கவர்ந்திழுக்கும்.

1938. He that shows his purse, longs to be rid of it.
இழக்க விரும்புபவனே பணப்பையைக் காட்டுவான்.

THIEF - திருடன்

1939. The thief is the kinsman of a constable.
திருடனே காவலனின் பங்காளி.

1940. Get a thief to catch a thief.
(அ) திருடனைத் திருடனால் பிடி.
(ஆ) முள்ளை முள்ளால் எடு.

1941. All are not thieves that dogs bark at.
நாயால் குரைக்கப்படுபவன் எல்லாம் திருடன் அல்லன்.

1942. Opportunities make a thief.
வாய்ப்புகளே திருடனைப் படைக்கிறது.

1943. A thief does not willingly see another carry a basket.
மற்றவர் எதுவும் எடுத்துச் செல்வது திருடன் கண்ணை உறுத்தும்.

1944. A thief knows a thief as a wolf knows a wolf.
பாம்பின்கால் பாம்பறியும், திருடனைத் திருடனே அறிவான்.

1945. A thief thinks every man steals.
ஒவ்வொருவரும் திருடுவதாகத்தான் தோன்றும் திருடனுக்கு.

1946. An old thief desires a new halter.
புதிதாகத் தங்குபவனையே திருடன் விரும்புவான்.

THINKS - சிந்தித்தல்

1947. Think of ease but work on.
சுகவாழ்வை எண்ணு, ஆனால் வேலையைத் தொடர்.

1948. The more a man thinks, the better adapted he becomes.
சிந்திக்கச் சிந்திக்க மனிதன் தன்னை மாற்றி அமைத்துக் கொள்கிறான்.

1949. The world is a comedy to those who think and a tragedy to those who feel.
சிந்திப்பவனுக்கு உலகம் இன்ப நாடகம். உணர்ச்சிவயப்படுபவனுக்குத் துன்ப நாடகம்.

1950. He thinks not well who thinks not again.
மறுபடி சிந்திக்காதவன் நன்கு சிந்திக்காதவன்.

1951. I think; therefore I am.
நான் சிந்திக்கிறேன், ஆகையால் நான் உயிருடன் இருக்கிறேன்;

1952. Man is a thinking animal.
மனிதன் ஒரு சிந்திக்கும் விலங்கு.

THOUGHT - எண்ணம்

1953. Second thoughts are best.
(அ) இரண்டாவது எண்ணங்களே மிகச் சிறந்தவை.
(ஆ) இரண்டாவது சிந்தனைகளே சிறந்தவை.

1954. Great thoughts come from the heart.
மாபெரும் எண்ணங்கள் இதயத்திலிருந்து வருகின்றன.

1955. The power of thought is the power of the mind.
மனதின் சக்தியே எண்ணத்தின் சக்தி.

1956. They are never alone who are accompanied with noble thoughts.
மேன்மையான எண்ணங்களுடன் இருப்போர் எப்போதும் தனித்து இரார்.

1957. Thoughts elevate a man.
எண்ணங்கள் மனிதனை உயர்த்துகின்றன.

THRIFT - சிக்கனம்

1958. Keep something for a rainy day.
   (அ) மழைக் காலத்திற்கு வற்றல் போட்டு வை.
   (ஆ) வருமானம் இல்லாத காலத்திற்கு ஏதேனும் சேமித்து வை.
1959. Of savings, come having.
   சேமிப்பால் வருவதே சொத்து.
1960. Everything is of use to a house keeper.
   இல்லறத்தானுக்குப் பயன்படாதது எதுவும் இல்லை.
1961. For age and want save while you may; no morning lasts a whole day.
   முதுமைக்கும், தேவைக்கும் முடிந்த மட்டும் சேமி. காலைச் சூரியன் நாள் முழுதும் நீடிக்காது.
1962. It is too late to spare when the bottom is bare.
   (அ) அடி வறண்ட பின் அள்ளி வைக்க முடியாது.
   (ஆ) பானை காலியாகிவிட்டால் பழைய சோறு மிஞ்சாது.

TIDE - நீர் ஏற்றம்

1963. Time and tide wait for none.
   (அ) அய்யர் வரும் வரை அமாவாசை காத்திராது.
   (ஆ) காலமும் அலையும் யாருக்கும் காத்திராது.
1964. The tide keeps its course.
   (அ) விதி தன் வழியே செல்லும்.
   (ஆ) நீரோட்டம் தன் பாதையை மாற்றாது.
1965. There is a tide in the affairs of men, which taken at the flood leads on to fortune.
   ஒவ்வொருவன் வாழ்க்கையிலும் ஏற்றம் ஒன்று வரும்; நன்கு பயன்படுத்தச் செல்வப்பெருக்கு மிகும்.

TIME - காலம்

1966. Time cures all things.
   காலம் அனைத்திற்கும் தீர்வு காணும்.
1967. Time is the rider that breaks youth.
   காலமே இளமையை உடைக்கும் ஊர்வோன்.
1968. Time covers and discovers everything.
   காலம் அனைத்தையும் மூடி மறைக்கும், காணவும் செய்யும்.
1969. Time fleeth away without delay.
   காத்திராது காலம் விரையும்.
1970. Time is an unpaid advocate.
   காலம் ஓர் இலவச வழக்குரைஞன்.

1971. **Time is money.**
காலமே தனம் (செல்வம்).
1972. **Time is the great innovator.**
காலம் மாபெரும் புதுமைக் கண்டுபிடிப்பாளன்.
1973. **Time rolls its ceaseless course.**
தன் முடிவில்லாத் தடத்தினில் உருண்டிடும் காலம்.
1974. **Time is a great healer.**
காலம் கவலையைக் கரைக்க வல்லது.
1975. **Time stoops to no man's cure.**
காலம் யார் தணிப்புக்கும் அடி பணியாது.
1976. **Time works wonders.**
காலம் இயற்றிடும் களிமிகும் விந்தைகள்.
1977. **Times change and men with time.**
காலம் மாறுகிறது, அதனுடன் மனிதரும் மாறுகின்றனர்.
1978. **Take time by the forelock.**
(அ) காலத்தின் முன்குடுமியைப் பற்றி இழு. (கோலத்தை வசப்படுத்து.)
(ஆ) காலத்தின் கோலத்தை முன் கூட்டியே கடைப்பிடி.

TODAY - இன்று

1979. **Today is worth two tomorrows.**
(அ) இரு நாளையினும் ஒரு இன்று மதிப்பானது.
(ஆ) இன்றைய ஒருநாள் இரு மறுநாள்களைவிட மேல்.
1980. **We are here today and gone tomorrow.**
இன்றிருப்போர் நாளை இல்லை.
1981. **Never leave that till tomorrow which you can do today.**
இன்று முடியக்கூடியதை நாளைக்குத் தள்ளிப் போடாதே.
1982. **Happy the man and happy he alone who calls today his own.**
இன்றைய நாளைத் தனதென அழைப்பவனே இன்புறும் மனிதன்.

TONGUE - நா

1983. **The tongue talks at the head's cost.**
(அ) தலையின் விலையில் நா பேசுகிறது.
1984. **Let not thy tongue run away with thy brains.**
மூளையை நா முந்த விடாதே; சிந்திக்காமல் பேசாதே.
1985. **The tongue is not steel, yet it cuts.**
(அ) நாக்கு எஃகல்ல என்றாலும் துண்டிக்கும்.
(ஆ) நாவினால் சுட்ட வடு ஆறாது.

1986. The tongue of the idle person is never still.
சோம்பேறியின் நாக்கு சும்மா இராது.
1987. A good tongue is a good weapon.
நல்ல நாக்கு ஒரு நல்ல ஆயுதம்.

TRAVEL - பயணம்

1988. He that travels far, knows much.
(அ) நெடும் பயணம் செய்பவன் பலவற்றையும் அறிவான்.
(ஆ) அதிக தூரப்பயணி அதிகம் அறிவான்.

1989. Travels broaden the mind.
பயணங்கள் மனதை விசாலமாக்கும்.
1990. A gentleman ought to travel abroad, but dwell at home.
கண்ணியன் கடல் கடந்து சென்றாலும் தாய் நாட்டிலேயே வசிப்பான்.
1991. The heaviest baggage for a traveller is an empty purse.
காலியான பணப்பையே பயணியின் பெருஞ்சுமை.
1992. Travel teaches tolerance.
பயணம் சகிப்புத்தன்மையைக் கற்றுத்தரும்.
1993. East or west, home is the best.
கீழ் நாடோ மேல் நாடோ தாய்நாடே சிறந்தது.
1994. He that goes far, has many encounters.
தூரப் பயணி பலரைச் சந்திப்பான்.

TREE - மரம்

1995. A tree is known by the fruit it bears.
மரத்தைப் பழத்தால் அறி.
1996. Like tree, like fruit.
மரத்தைப் போலப் பழம்.
1997. We plant the ship when we plant the tree.
மரம் நடும்பொழுது கப்பலுக்கு வித்திடுகிறோம்.

TROUBLE - தொல்லை, கஷ்டம்

1998. Wake not a sleeping lion.
(அ) உறங்கும் சிங்கத்தை எழுப்பாதே.
(ஆ) உறங்கும் புலியை இடறாதே.
1999. Kindle not a fire that you cannot extinguish.
உன்னால் அணைக்க முடியாத நெருப்பைக் கிளறி விடாதே.

2000. He that seeks trouble never misses.
தொல்லைகளைத் தேடுபவன் அடையத் தவறான்.
2001. Trouble never comes in single files but in battalions.
(அ) பட்ட காலிலே படும், கெட்ட குடியே கெடும்.
(ஆ) துன்பங்கள் அடுக்கடுக்காய் வரும், தனித்து வராது.
2002. Never trouble troubles unless trouble troubles you.
தொல்லை தொல்லை தராத வரை தொல்லைக்குத் தொல்லை தராதே.

TRUST - நம்பிக்கை

2003. Trust makes way for treachery.
நம்பிக்கையே துரோகத்திற்கு வழிவகுக்கும்.
2004. He that trusts much obliges much.
அதிகம் நம்புபவன் அதிகம் கடமைப்பட்டவன்.
2005. Try your friend before you trust.
நம்புவதற்கு முன் நண்பனைச் சோதித்தறி.
2006. Where there is no trust there is no love.
நம்பிக்கையில்லாத இடத்தில் அன்பு இருக்காது.
2007. Trusting others too much is the ruin of many.
பிறரை அளவுக்கதிகம் நம்புவதே பலர் அழிவுக்குக் காரணம்.
2008. Better be known than trusted.
நன்கு அறிந்துகொள்ளப்படுவது நம்பப்படுவதினும் சிறந்தது.
2009. Trust everybody unless he proves untrustworthy.
நம்பிக்கைக்கு உகந்தவனன்று என்று நிரூபணமாகாதவரை அனைவரையும் நம்பு.
2010. Trust begets trust.
நம்பிக்கை நம்பிக்கையைப் பெற்றுத்தரும்.

TRUTH - உண்மை

2011. Truth always triumphs
வாய்மையே என்றும் வெல்லும்.
2012. Truth and oil always come to the surface.
(அ) உண்மையும், எண்ணெயும் எப்போதும் அடியில் தங்காது.
(ஆ) உண்மையும், எண்ணெயும் மிதக்காமல் இராது.
2013. Truth alone triumphs.
வாய்மையே வெல்லும்.
2014. Truth is mighty and will prevail.
உண்மையே வலிது, நெடிது நின்று ஜெயிப்பது.

2015. Truth is straight but judges are crooked.

உண்மை நேரானது, தீர்ப்பாளரோ நேரற்றவர்.

2016. Truth may be suppressed but never strangled.

உண்மையை அடக்கி ஒடுக்கலாம். ஆனால் நெரித்துக்கொல்ல முடியாது.

2017. Truth never perishes.

உண்மை ஒருபோதும் அழியாது.

2018. Truth stretches but never breaks.

உண்மை நீளுமே தவிர உடையாது.

2019. Truth's cloak is often lined with lies.

உண்மையின் அங்கியின் உட்புறம் பெரும்பாலும் பொய்களால் மடிப்பு வைக்கப்பட்டது.

2020. Truth breeds hatred.

உண்மை வெறுப்புக்கு வித்திடும்.

2021. Truth may be blamed, but cannot be shamed.

உண்மையைப் பழிக்கலாம். ஆனால் தலைகுனிய வைக்க முடியாது.

TWO - இருவர், இரண்டு

2022. It takes two to quarrel.

சண்டைக்கு இருவர் தேவை.

2023. Two of a trade seldom agree.

இரண்டு தச்சர்கள் ஒத்துப் போகார்.

2024. Two negatives make an affirmative.

இரு எதிர்மறைகள் ஒரு உடன்பாட்டை ஆக்கும்.

2025. It is always good when a man has two irons in the fire.

(அ) நெருப்பில் இரு சூட்டுக்கோல் இருப்பது என்றைக்கும் நல்லது.

(ஆ) ஒன்றுக்கு இரண்டிருப்பது என்றைக்கும் நல்லது.

U

UNION - ஒற்றுமை

2026. Union is strength.

ஒற்றுமையே வலிமை.

2027. One for all, all for one.

ஒருவருக்காக எல்லோரும், எல்லோருக்குமாக ஒருவர்.

2028. All your strength is in your union, all your danger is in discard.

ஒன்றுபட்டால் உண்டு வாழ்வே - நம்மில் ஒற்றுமை நீங்கில் அனைவர்க்கும் தாழ்வே.

USE - பயன்

2029. Use legs and have legs.

கால்களைப் பயன்படுத்தினால்தான் கால்கள் நிலைக்கும்.

2030. Lay things by, they may come to use.

(அ) பொருள்களை வீசி எறியாதே; அவையும் ஒருகால் உதவும்.

(ஆ) சிறு துரும்பும் பல்குத்த உதவும்.

2031. Iron with use grows bright.

பயன்படுத்தப் பயன்படுத்த இரும்பு பளபளக்கும்.

2032. Iron not used soon rusts.

(அ) இரும்பைப் பயன்படுத்தாவிட்டால் துருப்பிடிக்கும்.

(ஆ) பயன்படுத்தா இரும்பு துருப்பிடித்துப்போகும்.

V

VALOUR - வீரம்

2033. Discretion is the best part of valour.

விவேகம் வீரத்தின் சிறந்த பகுதி.

2034. In false quarrel there is no true valour.

பொய்யான சண்டையில் உண்மை வீரம் இல்லை.

2035. Ten to one is no impeachment of valour.

ஒருவனுக்கு பத்துபேர் வீரப் பழி அன்று.

2036. Bragging is not valour.

வெற்றுரை வீரமன்று

VARIETY - பலவகை

2037. It takes all sorts to make a world.

உலகம் பலவிதம்.

2038. Variety is the soul of pleasure.

பலவித அனுபவங்களே இன்பத்தின் ஆன்மா.

2039. Democracy admits variety.

பலவித வேறுபாடுகளை ஜனநாயகம் ஏற்கிறது.

2040. Variety turns existence into life.

பலரக அனுபவங்கள் இருத்தலை வாழ்தலாக மாற்றுகிறது.

2041. Variety is the spice of life.

பலவித அனுபவங்கள் வாழ்க்கைக்கு விறுவிறுப்பூட்டும்.

VICE - தீமை

2042. **There is no vice without virtue.**
நன்மையில்லாததொரு தீமை இல்லை.

2043. **What is vice today may be virtue tomorrow.**
இன்றைய தீமை நாளை நற்பண்பாகலாம்.

2044. **Vices in one part of the world may be virtues in another.**
ஒரு நாட்டின் தீய பண்பு மற்றொரு நாட்டின் நற்பண்பாகலாம்.

2045. **The road to vices is not only smooth but steep.**
தீமைக்குச் செல்லும் வழி சுலபமானதோடு செங்குத்தானது.

2046. **After one vice a greater follows.**
ஒரு தீமைக்குப் பின் ஒரு பெருந்தீமை தொடரும்.

VIRTUE - நன்மை, நற்பண்பு

2047. **Virtue is its own reward.**
நற்பண்பு தனக்குத்தானே பரிசாகும்.

2048. **Virtue is the one and only nobility.**
நற்பண்பு ஒன்று மட்டுமே மேன்மக்கள் குணம்.

2049. **There is no virtue that poverty destroys not.**
(அ) வறுமை அழிக்காத நற்பண்பில்லை.
(ஆ) பசிவந்திடப் பத்தும் பறந்துபோம்.

2050. **Love virtue rather than fear sin.**
பாவத்திற்கு அஞ்சுவதைவிட நற்பண்பைக் காதலி.

VOICE - குரல், வாக்கு

2051. **The voice of the people is the voice of God.**
(அ) மக்கள் குரலே மகேசன் குரல்.
(ஆ) மக்கள் வாக்கே மகேசன் வாக்கு.

2052. **Give every man thy ear, but few thy voice.**
ஒவ்வொருவரிடமும் கேள், சிலரிடம் மட்டுமே சொல்.

W

WARS - போர்கள்

2053. **When war begins, then hell opens.**
போரின் தொடக்கம் நரகத்தின் திறப்பு.

2054. **War brings scars.**
போர் மாறாத தழும்புகளைக் கொண்டுவரும்.

2055. **In war all suffer defeat, even the victors.**
போரில் அனைவரும் தோல்வியையே அனுபவிப்பர், வென்றோர் கூட.

2056. War is death's feast.
மரணத்தின் விருந்தே போர்.
2057. All may begin a war, few can end it.
அனைவரும் சண்டையைத் தொடங்கலாம். சிலரே அதை முடிவுக்குக் கொண்டுவர முடியும்.
2058. Attack is the best form of defence.
தாக்குவதே சிறந்த தற்காப்பு முறை.
2059. He who lives by the sword, dies by the sword.
வாளால் வாழ்பவன் வாளாலே வீழ்வான்.

WEAKNESS - பலவீனம்

2060. Every man has his weak side.
ஒவ்வொருவருக்கும் ஒரு பலவீனம் உண்டு.
2061. The weakest goes to the wall.
மிகவும் பலவீனன் சுவருக்குப் போவான்.
2062. Weak men had need to be witty.
பலவீனர்கள் நகைச்சுவை உணர்வோடு இருக்கவேண்டும்.
2063. The thread breaks where it is weakest.
நூல் பலவீனப் பகுதியிலேயே அறும்.

WEALTH - செல்வம்

2064. Who is wealthy and free is rich.
எவன் செல்வமும், சுதந்திரமும் உடையவனோ அவனே பணக்காரன்.
2065. Surplus wealth is a sacred trust.
மிகு செல்வம் ஒரு புனித அறக்கட்டளை.
2066. All wealth is a product of labour.
எல்லாச் செல்வமும் உழைப்பின் விளைபயன்.
2067. Wealth either serves or enslaves the possessor.
செல்வம் ஒன்று பயன்படுகிறது அல்லது அடிமையாக்குகிறது.
2068. Health is wealth.
உடல் நலமே உயரிய செல்வம்.

WEATHER - வானிலை

2069. A bolt does not always fall when it thunders.
இடிக்கும் பொழுதெல்லாம் இடி விழுவதில்லை.

2070. A cold April bread and wine.
   (அ) ஏப்ரலில் குளிர்ந்தால் ரொட்டியும், மதுவும்.
   (ஆ) கும்ப மாசம் (மாசி) மழை பொழிந்தால் குப்பையெல்லாம் நெருப்பாகும்.

2071. A dripping June sets all in June.
   (அ) ஜூன் மாதத் தூறல் ஜூன் முழுதும் நீடிக்கும்.
   (ஆ) புரட்டாசி மாதம் பொன்னுருகக் காய்ந்தாலும் மண்ணுருகப் பெய்யும்.

2072. A snow year is a rich year.
   (அ) உறைபனி ஆண்டு பணம் பொழி ஆண்டு.
   (ஆ) மாதம் மும்மாரி செல்வம் பெருவாரி.
   (இ) ஆடியில் மழை பெய்தால் தேடிவரும் செல்வம்.

2073. April showers bring forth May flowers.
   (அ) ஏப்ரல் மழை மேயில் மலர்.
   (ஆ) கார் கால மழையில் காடெல்லாம் பூப்பூக்கும்.

2074. Calm weather in June sets corn in tune.
   (அ) ஜூனில் அமைதியான வானிலையில் சோளக் கதிரில் பால் கட்டும்.
   (ஆ) ஐப்பசியில் அடைமழை, ஆறெல்லாம் வெள்ளம்.

2075. Fair weather cometh out of North.
   வடக்கில் இருந்து வரும் வானிலையில் சீர்பாடு.

2076. If in February there be no rain, neither good for hay nor rain.
   பிப்ரவரியில் மழையின்றேல் வைக்கோலும் இல்லை, மழையும் இல்லை.

2077. In fair weather, prepare for foul.
   (அ) சீரான வானிலையில் சீர்கெட்ட வானிலைக்கு ஆயத்தம் செய்துகொள்.
   (ஆ) கோடையில் வற்றல் போட்டால் மாரியில் உதவும்.

2078. Rain before seven, fine before eleven.
   ஏழு மணிக்கு முன் மழை பெய்தால் பதினோரு மணிக்கு முன் வானம் தெளிவாகும்.

2079. So many mists in March, so many frosts in May.
   மார்ச்சில் எவ்வளவு மூடுபனியோ அவ்வளவு மேயில் உறைபனி.

2080. When the wind is in the west, the weather is at the best.
   (அ) மேற்கிலிருந்து காற்று அடித்தால் வானிலை சிறப்பாகும்.
   (ஆ) மேற்கிலிருந்து காற்று தென்றலாய் வீசும்.
   (இ) வடக்கிலிருந்து காற்று வாடையாய்க் குளிரும்.
   (ஈ) மேற்கிலிருந்து காற்று கோடையாய்க் கொளுத்தும்.
   (உ) கிழக்கிலிருந்து காற்று கொண்டலாய்ப் பொழியும்.

WILL - இச்சை

2081. Where there is a will there is way.
மனம் இருந்தால் மார்க்கம் உண்டு.

2082. Nothing is impossible to a willing heart.
(அ) விரும்பும் இதயத்திற்கு இயலாதது இல்லை.
(ஆ) அன்பிற்கும் உண்டோ அடைக்கும் தாழ்.

2083. Will buys and money pays.
விருப்பம் வாங்குகிறது, பணம் கொடுக்கிறது.

2084. A wilful man will have his way.
தான்தோன்றி தன் வழியேதான் செல்வான்.

2085. He who wills the end, wills the means.
இலக்கை விரும்புவோன் அதற்குச் செல்லும் வழிவகையையும் விரும்புவான்.

2086. Fate leads the willing, but drives the stubborn.
விருப்பமுள்ளவனை விதி வழிகாட்டிச் செல்லும்; பிடிவாதக்காரனை விரட்டிச் செல்லும்.

WISDOM - விவேகம்

2087. Experience is the mother of wisdom.
அனுபவமே விவேகத்தின் தாய்.

2088. Wisdom is neither inheritance nor legacy.
விவேகம் பெற்றோரிடமிருந்து பெறுவதும் அல்ல, வழி வழி வருவதும் அல்ல.

2089. Without wisdom, wealth is worthless.
விவேகம் இல்லாச் செல்வம் வீணே.

2090. Wisdom and virtue are two wheels of a cart.
விவேகமும், நற்குணமும் ஒரு வண்டியின் இரு சக்கரங்கள்.

2091. What is not wisdom, is danger.
விவேகம் இல்லாதது அபாயம்.

2092. By wisdom peace, by peace plenty.
விவேகத்தால் சமாதானம், சமாதானத்தால் செழிப்பு.

2093. Wisdom goes not always by years.
(அ) வயது முதிர்ச்சி விவேகம் ஆகாது.
(ஆ) விவேகம் வயதைப் பார்த்து வராது.
(இ) விவேகத்திற்கும் உண்டோ வயது?

2094. Both folly and wisdom come upon us with years.

வயது ஏற ஏற முட்டாள்தனமும் விவேகமும் நம்மை வந்தடையும்.

2095. Wisdom is humble that he knows no more.

(அ) மேலும் தெரியவில்லை என்ற பணிவே விவேகம்.

(ஆ) கற்றது கை மண் அளவு, கல்லாதது உலகளவு என்பது விவேகம்.

2096. Wisdom is more to be envied than riches.

(அ) செல்வத்தைக் கண்டு பொறாமையுறுவதிலும் விவேகத்தைக் கண்டு பொறாமைப்படு.

(ஆ) செல்வத்தை விட விவேகத்திற்கே பொறாமைப்படு.

2097. Wisdom is the sunlight of the soul.

(அ) ஆன்மாவின் கதிரொளியே விவேகம்.

(ஆ) விவேகமே ஆன்மாவின் சூரியப் பிரகாசம்.

WORD - சொல்

2098. Many a true word is spoken in jest.

வேடிக்கைப் பேச்சில் வெளிவரும் உண்மை பல.

2099. Let thy words be few.

சுருங்கச் சொல்.

2100. Words are wise man's Awards.

வார்த்தைகள் விவேகியின் வாள்வீச்சுகள்

2101. A word is enough to the wise.

(அ) விவேகிக்கு ஒரு சொல் போதும்.

(ஆ) நல்ல மாட்டுக்கு ஒரு சூடு, நல்ல மனிதனுக்கு ஒரு சொல்.

WORK - வேலை

2102. Blessed is he who has found his work.

தனக்குரிய வேலையைக் காண்பவனே வாழ்த்தப்பட்டவன்.

2103. No good work is ever lost.

நல்ல வேலை ஒருபோதும் வீண்போவதில்லை.

2104. Work more, talk less.

(அ) பேச்சைக் குறை, செயலை அதிகரி.

(ஆ) குறைவாகப் பேசு, நிறையப் பணி செய்.

2105. All work and no play makes Jack a dull boy.

எப்போதும் வேலை, விளையாட்டில்லை என்றால் பிள்ளை மந்தமாகும்.

2106. Work while you work, play while you play; that's the way to be happy and gay.

வேலை நேரத்தில் வேலை செய், விளையாடும் நேரத்தில் விளையாடு, அதுவே மகிழ்ச்சிக்கும் இன்பத்திற்கும் வழி.

2107. No work, no food.
வேலை செய்யவில்லையேல் உணவும் இல்லை.
2108. Work is a man's birthright.
வேலை ஒருவரின் பிறப்புரிமை.
2109. All work is yoga.
எல்லா வேலையும் யோகமே.
2110. Work is experience.
வேலையே அனுபவம்.
2111. God created men for work and not for hesitation.
கடவுள் வேலை செய்வதற்கே மனிதனைப் படைத்தான், தயங்குவதற்கல்ல (சுணங்குவதற்கல்ல).
2112. Do your work as well as you can.
உன் பணியை முடிந்தவரை சிறப்பாகச் செய்.
2113. Work is exercise.
வேலையே உடற்பயிற்சி.
2114. He who works hard will get reward.
கடினமாக வேலை செய்பவனுக்குக் கைநிறையக் காசு.
2115. Work till you perspire, eat as you aspire.
(அ) வியர்வை வர வேலை செய்தால் விரும்பியதெல்லாம் உண்ணலாம்.
(ஆ) எலும்பு உடையப் பணி செய்தால் பல்லுடையத் தின்னலாம்.
2116. If man is not meant for work he will have only mouth and stomach.
மனிதன் வேலை செய்யப் படைக்கப்படவில்லையானால் வாயும் வயிறும் மட்டுமே இருக்கும்.
2117. A bad worker quarrels with his tools.
(அ) சரியாக வேலை செய்யத் தெரியாதவன் கருவிகளைப் பழிப்பான்.
(ஆ) கட்டத் தெரியாத மேஸ்திரிக்கு வட்டக்குண்டு உதவாது.

WORLD - உலகம்

2118. It is a small world.
உலகம் சிறியது.
2119. The world goes on wheels.
உலகம் சக்கரங்களில் உருள்கிறது.
2120. The world is a stage and every man plays his part.
உலகம் ஒரு நாடக மேடை; ஒவ்வொருவரும் தம் பங்கை நடிக்கிறார்கள்.
2121. The world is a drama.
நாடகமே உலகம்.

2122. The world is a ladder for some to go up and some down.

உலகம் சிலர் மேலே போகவும், சிலர் கீழே இறங்கவும் உதவும் ஏணி.

2123. The world is his who enjoys it.

உலகம் அதனை இன்புற அனுபவிப்பவனுக்கே.

2124. World is adventure.

உலகம் ஓர் துணிகரச் செயல்.

2125. World is God's toy.

உலகம் கடவுளின் விளையாட்டுப் பொம்மை.

2126. The spinning world spins all.

சுழலும் உலகம் அனைவரையும் சுழற்றுகிறது.

2127. The world belongs to all.

உலகம் அனைவருக்கும் சொந்தம்.

2128. The world is an enigma.

உலகம் ஒரு புதிர் (விடுகதை).

WORRY - கவலை

2129. Take things as they come.

வருவதை வருகிறபடி ஏற்றுக்கொள்.

2130. Care brings grey hair.

கவலை நரை தரும்.

2131. It is not work that kills, but worry.

வேலை கொல்வது இல்லை. கவலையே கொல்கிறது.

2132. Don't cry before you are hurt.

காயம் படுமுன் கதறி அழாதே.

2133. The world is not for worry but for merry.

கவலைப்படுவதற்கு அல்ல உலகம், மகிழ்ச்சியில் திளைப்பதற்கே.

2134. Worry will not solve the problem.

கவலை பிரச்சனையைத் தீர்க்காது.

2135. Don't worry.

கவலைப்படேல்.

2136. The worried man prays to God.

கவலைப்படுபவன் கடவுளைத் தொழுவான்.

2137. Worrying for others is not good as help.

மற்றவர்களுக்காகக் கவலைப்படுவது (மட்டும்) உதவுவது செய்வதுபோல் ஆகாது.

2138. Worry buries you.

கவலை உன்னைப் புதைத்துவிடும்.

WORTH - மதிப்பு

2139. The worth of a thing is what it will bring.
ஒரு பொருளின் மதிப்பு அது ஈட்டுவதைப் பொறுத்தது.

2140. You never miss the water till the well runs dry.
கிணறு வற்றும்வரை தண்ணீரின் அருமை தெரியாது.

2141. Worth has been under-rated ever since wealth has been over-rated.
செல்வத்தின் மதிப்பு உயர்ந்ததிலிருந்து மதிப்பின் மதிப்பு தாழ்ந்துவிட்டது.

2142. The worth of a thing is best known by the want of it.
(அ) நிழலருமை வெயிலில் காண்பான்.
(ஆ) ஒன்றன் மதிப்பு அது இல்லாதபோதே தெரியும்.
(இ) தேவையே மதிப்பை அறியவைக்கும்.

2143. The game is not worth the candle.
(அ) உழைக்கும் கூலிக்குக் கட்டுப்படியாகாத முயற்சி.
(ஆ) சுண்டைக்காய் கால் பணம், சுமை கூலி முக்கால் பணம்.

2144. Worth is measured by utility.
பயனே மதிப்பின் அளவுகோல்.

2145. Everything has its own worth.
அதததற்கு அதததற்குரிய மதிப்புண்டு.

2146. Even a trash becomes worthy in a dexterous hand.
வல்லவன் கைபட்டால் உதவாக் குப்பையும் உயர்மதிப்படையும்.

Y

YOUTH - இளமை

2147. Youth and age will never agree.
இளமையும் முதுமையும் ஒத்துப்போகாது.

2148. Youth and white paper take any impression.
இளமையும், வெள்ளைத்தாளும் எதையும் பதிய வைத்துக்கொள்ளும்.

2149. Youth comes but once in a lifetime.
இளமை வாழ்க்கையில் ஒருமுறைதான் வரும்.

2150. Youth is a garland of roses, age a crown of thorn.
இளமை ஒரு ரோஜா மாலை, முதுமை முள் கிரீடம்.

2151. Youth is life's seed time.
வாலிபம் வாழ்க்கையின் விதைப் பருவம்.

2152. Youth is the season of hope.
இளமை நம்பிக்கைப் பருவம்.

2153. Youth looks forward and age backward.
இளமை முன்னே பார்க்கிறது, முதுமை பின்னே பார்க்கிறது.

2154. Youth may stray but return at last.

இளமை வழி தவறலாம், ஆனால் இறுதியில் திரும்பி வந்துவிடுகிறது.

2155. Youth must be served.

(அ) இளமைக்கு விருந்தளிக்கப்பட வேண்டும்.

(ஆ) இளமைக்குத் தொண்டாற்ற வேண்டும்.

2156. Youth should be a savings bank.

இளமை ஒரு சேமிப்பு வங்கியாக இருத்தல் வேண்டும்.

2157. Youth will have its swing.

இளமை தன் இஷ்டப்படி ஊசலாடும்.

2158. Youth is drunkenness without wine.

இளமை மதுவில்லாத போதை.

2159. In youth beauty and wisdom is rare.

இளமையில் அழகும், அறிவும் ஒத்து இருப்பது அரிது.

2160. Intemperate youth ends in an age imperfect and unsound.

மட்டுமீறிய வாலிபம் அரைகுறையாய் பலமிழந்து விடும்.

2161. Reckless youth makes rueful old age.

துடுக்கான இளமை துயர்நிறைந்த முதுமை பெறும்.

2162. Youth is fleeting.

(அ) இளமை விரைந்து போய்விடும்.

(ஆ) இளமை ஒரு கணம் நிற்குமே!

2163. Youth forever is preserved in photograph.

மாறாது இளமையைக் காப்பது புகைப்படம்.

2164. Youth glitters.

இளமை மின்னுகிறது.

Z

ZEAL - உற்சாகம்

2165. Zeal without knowledge is runaway horse.

விவேகம் இல்லாத உற்சாம் தப்பியோடும் குதிரை.

2166. Zeal fit only for wise men, but is found mostly in fools.

உற்சாகம் புத்திசாலிக்கே பொருந்தும், ஆனால் முட்டாள்களிடம் அதிகம் காணப்படும்.

2167. Zeal without prudence is frenzy.

விவேகமில்லாத ஆர்வம் வெறியில் முடியும்.

2168. Let zest and zeal be your pulse and feel.

உணர்ச்சியும், ஆர்வமும் உன் துடிப்பும் உணர்வுமாகட்டும்.

2169. Zest without knowledge is fire without light.

அறிவில்லா அற்ப உணர்ச்சி சுடரில்லாத தீ.